CÁC SÁCH KHÁC CỦA PAUL WASHER
ĐÃ ĐƯỢC DỊCH SANG TIẾNG VIỆT

Phúc Âm của Jêsus Christ

Đường hẹp Cửa hẹp

Những công cụ thiết yếu của ân điển

I0529599

MƯỜI CÁO TRẠNG CHỐNG LẠI HỘI THÁNH NGÀY NAY

PAUL DAVID WASHER

DỊCH GIẢ
DANIEL DOAN

MỤC LỤC

LỜI CẦU NGUYỆN

PAUL DAVID WASHER

Lạy Cha, con đến trước mặt Cha nhân danh Đức Chúa Jêsus Christ, là Con của Ngài. Chúa ơi, Ngài biết hết mọi sự. Tất cả đều ở trước mặt Ngài như một quyển sách mở ra. Ai có thể cất giấu tấm lòng của họ khỏi sự hiện diện và con mắt của Ngài? Hành động của kẻ khôn nhất cũng bị phơi bày ra trước mặt Chúa. Sự toàn tri của Ngài là vô hạn. Còn nếu không vì cớ ân điển, thì trong cả thiên hạ con sẽ là kẻ khiếp sợ nhất. Nhưng có ân điển dư dật và vinh hiển, đầy tràn ở trên những kẻ yếu đuối nhất và dư dật để tôn vinh hiển của Ngài. Lạy Cha, con ngợi khen và thờ lạy Cha; Con cảm ơn Chúa vì hết thảy mọi điều thuộc về Ngài và tất cả mọi việc Ngài đã làm. Trên trời cao kia hoặc dưới đất hoặc bên dưới đất có ai như Ngài. Ngài là Vua và không ai sánh bằng. Ngài là Cứu Chúa và Ngài chẳng nhường sự vinh hiển cho thần nào cả.

Lạy Cha, hôm nay Cha biết con và con rất cần ân điển. Con có mặt trên đời này không phải vì Ngài đã gọi kẻ yếu nhất trong vòng loài người, kẻ hèn hạ nhất trong vòng anh em, cũng bởi ân điển của Ngài mà kẻ nhỏ thường dạy kẻ lớn hay sao? Con vẫn nằm trong số những kẻ như thế và con ngợi khen Ngài. Con thờ phượng Chúa.

Cha ơi, hãy giúp chúng con ngày hôm nay. Xin Cha thổi bay sự hùng biện và trí tuệ cao thâm. Hãy làm cho lẽ thật được bày ra. Hãy để loài người được thay đổi, để Hội thánh của Ngài được vinh hiển càng hơn. Con cầu xin ơn càng thêm ơn và thương xót càng thêm thương xót ở trên chính con và những ai nghe con. Đức Chúa Trời ơi, xin giúp chúng con, thì chúng con sẽ được giúp đỡ; chúng con sẽ khoe mình trong sự vùa giúp đó. Chúng con cầu nguyện trong danh Chúa Jêsus, a-men.

GIỚI THIỆU

Vả, Đức Thánh Linh phán tỏ tường rằng, trong đời sau rốt, có mấy kẻ sẽ bội đạo mà theo các thần lừa dối, và đạo lý của quỉ dữ.

1 TI-MÔ-THÊ 4:1

Thật là một đặc ân lớn cho một người đàn ông được đứng và nói, hoặc viết, về những điều như phục hưng, cải chánh, và công tác của Đức Chúa Trời làm ra ở giữa dân sự của Ngài và ở giữa loài người. Trong quyển sách ngắn này, tôi sẽ chia sẻ một bản cáo trạng. Đó là một bản cáo trạng đầy hy vọng.[1]

Khi tôi cầu nguyện cho những gì cần nói ra, tôi đã đi đến một kết luận tuyệt vời. Một gánh nặng lớn ở trong lòng tôi: chúng ta cần sự phục hưng. Chúng ta cần một sự thức tỉnh, nhưng chúng ta không thể đơn giản mong chờ Đức Thánh Linh giáng xuống và dọn sạch đống lộn xộn mà chúng ta đã gây ra. Chúng ta có sự hướng dẫn rõ ràng từ Lời Đức Chúa Trời về mọi điều Ngài đã làm qua Đấng Christ. Chúng ta biết Ngài muốn chúng ta sống như thế nào. Chúng ta biết Ngài muốn chúng ta tổ chức trật tự trong Hội thánh của Ngài ra sao. Con người đang kêu gào thật vô ích để nài xin Thánh Linh của Đức Chúa Trời bày tỏ những điều ở ngoài Kinh Thánh, trong khi nguyên tắc Thánh Kinh rõ ràng ở trước mặt lại bị xúc phạm ở khắp nơi.

Tôi muốn bạn biết rằng ma quỷ và kẻ làm ác không cần chống lại một người đàn ông đang cầu nguyện cho sự phấn hưng, trừ khi người đó cũng đang nỗ lực để cải cách đời sống của mình. Chúng ta đã được ban cho lẽ thật. Chúng ta không thể đơn giản làm theo ý mình cho là phải, rồi chờ đợi Đức Thánh Linh giáng xuống và ban phước cho công việc của chúng ta được.

Khi xem xét Cựu Ước, chúng ta thấy Môi-se được hướng dẫn rất chi tiết về cách xây đền tạm (Xuất Ê-díp-tô-ký 25–28). Chỉ thị ấy là vì lợi ích của Môi-se hay là lợi ích của Hội thánh đây? Phân đoạn này giải thích rằng Đức Chúa Trời đã bày tỏ ý muốn của Ngài rất cụ thể. Chúng ta không nên tiếp nhận các chi tiết nhỏ nhất mà Đức Chúa Trời đã bày tỏ rồi phớt lờ đi chỗ khác.

Tôi biết bản thân là một kẻ yếu đuối. Tôi bị vùi dập bởi nhiều điểm yếu. Tuy nhiên, tôi có một bản cáo trạng. Tôi không thể gọi đó là bản cáo trạng của mình, bởi vì tôi là ai mà buộc tội người ta? Tôi không dám gọi đó là bản cáo trạng của Đức Chúa Trời, vì làm sao tôi có thể nhân danh Ngài đây? Nhưng tôi sẽ nói điều này: khi tôi quan sát Hội thánh rồi so sánh với Kinh Thánh, tôi bị thuyết phục rằng có một số điều nhất định cần phải thay đổi.

Tôi không tự nhận mình là Martin Luther thứ hai, đây là người đã có những bài viết và bài giảng truyền cảm hứng cho phong trào Cải Chánh Tin Lành và thay đổi tiến trình của nền văn minh phương Tây.[2] Những điều sau đây không nhằm mục đích giống như chín mươi lăm luận đề đã bị đóng lên cửa nhà thờ ở Wittenberg.[3] Đây là gánh nặng ở trong lòng mà tôi phải nói ra.

Hãy để tôi đưa ra lời cảnh báo trước. Những gì tôi sắp nói sẽ khiến một số người tức giận. Có thể bạn sẽ nói tôi kiêu ngạo. Có thể bạn không thích sứ điệp của tôi. Tôi đã nhiều lần kiêu ngạo và tôi đã nhiều lần giảng sai lẽ thật. Xin đừng để tội lỗi và sai sót của tôi trở thành lời bào chữa của bạn. Câu hỏi mà chúng ta phải trả lời là: điều tôi đang nói có đúng không, tôi có phải là tiên tri giả chăng?

Nhiều người khác sẽ rất vui khi nghe điều này, chúng ta sẽ muốn nói a-men. Nhưng xin đừng đắm chìm trong chủ nghĩa chiến thắng thô bỉ, bởi vì tất cả chúng ta đều mang một mức độ tội lỗi nhất định. Nếu bạn đã có một mức độ trưởng thành thuộc linh nào đó, thì tôi sẽ nói điều mà người anh của tôi đã nói là: *"Bởi vì, ai phân biệt ngươi với người khác? Ngươi há có điều chi mà chẳng đã nhận lãnh sao? Nếu ngươi đã nhận lãnh, thì sao còn khoe mình như chẳng từng nhận lãnh?"* (1 Cô-rinh-tô 4:7). Không phải thờ phượng Chúa trong sự khiêm nhường là tốt hơn sao?

Nếu bạn là mục sư trẻ, tôi không muốn bạn bị cuốn vào những lẽ thật này rồi đem về tấn công Hội thánh của mình một cách thiếu tình yêu thương như vậy. Hãy chắc chắn rằng đầu gối của bạn đang chảy máu trước khi bắt đầu bất kỳ hình thức cải cách nào! Nếu bạn là mục sư lớn tuổi hầu việc Chúa trong nhiều năm, tôi xin bạn đừng kiêu ngạo. Một vị vua già ngu ngốc có thể học hỏi từ những người hầu yếu nhất của mình.

Tôi cũng xin bạn điều này: hãy can đảm thay đổi mọi thứ, ngay cả khi đó là ngày cuối cùng của cuộc đời bạn. Ít nhất bạn có thể bước vào miền vinh hiển khi biết rằng bạn đã cố gắng thực hiện một cuộc cải cách theo Kinh Thánh.

Còn nữa, tôi sẽ đưa ra một lời cảnh báo cho những người đàn ông lớn tuổi. Xin vui lòng lắng nghe tôi cho cẩn thận. Tôi biết lời khuyên trong 1 Ti-mô-thê 5:1 nói rằng tôi không được quở trách một người lớn tuổi hơn mà nên khuyên nhủ họ với tư cách là một người cha. Tôi muốn xưng hô với bạn theo như vậy. Có một sự thức tỉnh vĩ đại đang diễn ra ở trên đất nước này! Nó đang xảy ra không chỉ ở nước ta, mà còn ở châu Âu, Nam Mỹ và nhiều nơi khác. Tôi thấy những người đàn ông trẻ tuổi quay trở lại với hòn đá mà chúng ta đã bị vấp phạm. Họ đang đọc Charles Spurgeon[4] và George Whitefield.[5] Họ vẫn nghe Leonard Ravenhill,[6] David Martyn Lloyd-Jones,[7] A.W. Tozer[8] và John Wesley.[9] Đó là một phong trào tuyệt vời, gần như không thể tin được! Không phải vì các phương tiện truyền thông phổ biến hoặc các tạp chí hiện đại như *Christianity Today* không nhắc tới thì không có nghĩa là chẳng có gì xảy ra đâu! Tôi muốn bạn biết rằng mười lăm năm trước, tôi chưa bao giờ mơ tưởng đến việc sẽ nhìn thấy sự thức tỉnh như bây giờ đâu – không phải qua chức vụ của tôi, nhưng qua mọi việc Chúa đang làm mà không cần đến chức vụ của chúng ta đâu.

Tôi đã thấy hàng ngàn thanh niên ở Hà Lan tuyên bố "mọi thứ phải thay đổi", họ kêu gào suốt đêm để cầu xin quyền phép của Đức Chúa Trời và lẽ thật của Kinh Thánh. Tôi đã thấy những người ở Nam Mỹ nhận ra mình đã bị ảnh hưởng quá nhiều bởi tâm lý học và tất cả phương pháp nông cạn đến từ Mỹ về lĩnh vực truyền giáo. Bây giờ, bằng nước mắt và tấm lòng thống hối, họ đang quay lại và thực sự truyền giáo để mở mang nhiều Hội thánh của mình. Tôi đã từng ở trong một thành phố của Hoa Kỳ, đôi khi ngồi đến hai ba giờ sáng để thảo luận về thần học với những người Mỹ gốc Phi trẻ tuổi, những người mà Đức Chúa Trời sẽ dấy lên để rao giảng nhiều hơn bất kỳ ai có thể tưởng tượng. Sự thức tỉnh đang xảy ra!

Tôi xin nói cách nhẹ nhàng rằng hầu hết những người trên bốn mươi tuổi không có chút manh mối nào về sự thức tỉnh này. Nhiều người trẻ tuổi đang quay trở lại với các giáo sư vĩ đại từ nhiều thế kỷ trước. Họ đang quay trở lại con đường chân chính, những lẽ thật đã tạo nên thời kỳ tỉnh thức hết lần này đến lần khác trên thế giới. Hầu hết các thanh niên này đều còn – trẻ lắm! Họ sẽ đến gặp các lãnh đạo của mình để nói rằng: "Chúng tôi mới khám phá điều này! Hãy xem những gì đã xảy ra ở xứ Wales.[10] Hãy xem những gì đã xảy ra ở châu Phi.[11] Nhìn này! Nhìn kìa! Sự dạy dỗ này hay quá! Thật là hay quá kỳ diệu!" Hầu hết những người đàn ông lớn tuổi ngày nay sẽ quay đi hoặc nói rằng: "Chẳng có gì khác biệt so với những gì tôi đã rao giảng trong 25 năm qua". Nhưng cũng có thể rất khác so với những gì họ đã rao giảng trong 25 năm qua! Vì vậy, chúng ta cần phải cẩn thận hiểu rằng Đức Chúa Trời đang làm việc. Hãy nhớ rằng: *"Đấng đã khởi làm việc lành trong anh em, sẽ làm trọn hết"* (Phi-líp 1:6).

Nhiều người nghĩ rằng họ sẽ "cầu nguyện trong" một cuộc phục hưng. Những người khác nói: "Sự phục hưng sẽ xảy ra cho dù bạn có cầu nguyện hay không". Tôi không thuộc về một trong hai thái độ trên. Nhưng tôi biết một điều. Khi tôi nhìn thấy những người đàn ông, phụ nữ và thanh niên trên khắp thế giới đang cầu nguyện cho sự thức tỉnh, đối với tôi đó là trái đầu mùa của sự phục hưng. Tôi có thể tin chắc rằng Đấng đã làm ra trái đầu mùa này sẽ gặt hái cả cánh đồng.

Vì cớ những gì đã nói xong, tôi muốn xem xét mười bản cáo trạng. Tôi sẽ cho bạn thấy những điều tôi tin rằng chúng ta phải thay đổi trong Hội thánh ngày nay.

CHƯƠNG 1
TỪ CHỐI KINH THÁNH LÀ ĐẦY ĐỦ

Và từ khi con còn thơ ấu đã biết Kinh Thánh vốn có thể khiến con khôn ngoan để được cứu bởi đức tin trong Đức Chúa Jêsus Christ. Cả Kinh Thánh đều là bởi Đức Chúa Trời soi dẫn, có ích cho sự dạy dỗ, bẻ trách, sửa trị, dạy người trong sự công bình, hầu cho người thuộc về Đức Chúa Trời được trọn vẹn và sắm sẵn để làm mọi việc lành.

2 TI-MÔ-THÊ 3:15–17

Trong vài thập kỷ qua, một trận chiến dữ dội đã diễn ra liên quan đến sự thần cảm của Kinh Thánh. Vài người trong chúng ta không dự phần vào cuộc chiến này, nhưng rất nhiều người trong các hệ phái tự do hơn chắc chắn là có. Chúng ta đã ở trong trận chiến vì Kinh Thánh.

Nhưng có một vấn đề. Khi bạn tin rằng Kinh Thánh được thần cảm, thì bạn mới chỉ đánh được một nửa trận chiến mà thôi. Bởi vì câu hỏi không chỉ là: "Kinh Thánh có được thần cảm không – Kinh Thánh có phải là Lời của Đức Chúa Trời không có sai sót chăng?" Câu hỏi thực sự là: "Kinh Thánh có đầy đủ không, hay là chúng ta phải đem hết mấy cái gọi là nghiên cứu về văn hóa, khoa học và xã hội vào để biết cách vận hành một Hội thánh?" Đó là một câu hỏi tuyệt vời! Theo quan điểm của tôi, khoa học xã hội đã lấn át Lời Chúa đến nỗi hầu hết chúng ta thậm chí không thể nhận ra. Nó đã len lỏi vào Hội thánh của chúng ta, công tác truyền giáo và khoa truyền giáo học của chúng ta đến nỗi bạn không thể nào gọi những gì chúng ta đang làm là "Cơ Đốc giáo" nữa. Tâm lý học, nhân loại học và xã hội học đã ảnh hưởng lớn trong các Hội thánh.

Cách đây nhiều năm khi còn học ở chủng viện, tôi nhớ có một giáo sư bước vào lớp và bắt đầu vẽ dấu chân lên bảng đen. Khi ông đi ngang qua bảng đen, ông quay lại nói với tất cả chúng tôi rằng: "Aristotle đang đi qua hành lang của chủng viện này. Hãy coi chừng, vì tôi nghe thấy bước chân của ông ta rõ hơn bước chân của sứ đồ Phao-lô, của những người được thần cảm cùng thời với ông và thậm chí là Đức Chúa Jêsus Christ".

Chúng ta tin rằng một người của Đức Chúa Trời có thể giải quyết một số lĩnh vực hạn chế, nhỏ bé nhất định trong sinh hoạt của Hội thánh. Tuy nhiên, khi mọi chuyện bắt đầu khó khăn hơn, chúng ta cần gặp các chuyên gia xã hội. Đó là sự dối trá! Kinh Thánh tuyên bố rằng Lời Chúa đã được ban cho *hầu cho người thuộc về Đức Chúa Trời được trọn vẹn và sắm sẵn để làm mọi việc lành"* (2 Ti-mô-thê 3:17). Nhờ Kinh Thánh, chúng ta được trang bị đầy đủ để đáp ứng mọi yêu cầu.

Giê-ru-sa-lem liên quan gì đến Rô-ma? Chúng ta phải làm gì với khoa học xã hội ngày nay đã được tạo ra để nghịch lại Lời Chúa đây? Tại sao truyền giáo, sứ mạng và những cái gọi là phát triển Hội thánh lại được định hình nhiều hơn bởi nhân loại học, xã hội học và sinh viên Phố Wall, họ là những kẻ bắt kịp mọi xu hướng văn hóa hơn là Kinh Thánh? Tất cả hoạt động trong Hội thánh của chúng ta đều phải dựa trên Lời Chúa. Mọi hoạt động truyền giáo đều phải dựa trên Lời Chúa.

Hoạt động truyền giáo, sinh hoạt Hội thánh và mọi việc chúng ta làm đều phải bắt nguồn từ nhà thần học và nhà giải Kinh – tức là người mở Kinh Thánh ra và chỉ có một câu hỏi: "Chúa ơi, ý muốn của Ngài là gì?" Chúng ta không gửi câu hỏi cho những kẻ xác thịt để tìm ra Hội thánh phải có hình thức như thế nào để họ thích nhóm lại hơn! Một Hội thánh phải thân thiện với những người tìm kiếm, nhưng Hội thánh cần phải nhận ra là trên đời chỉ có một đối tượng đang tìm kiếm mà thôi. Đó là Đức Chúa Trời! Nếu bạn muốn tỏ ra thân thiện với ai, nếu bạn muốn làm quen với ai, thì hãy làm quen với Ngài và sự vinh hiển của Ngài, ngay cả khi mọi người khước từ những điều như thế. Chúng ta không được kêu gọi để xây dựng những đế quốc. Chúng ta không được kêu gọi để được người khác chấp nhận. Chúng ta được kêu gọi để làm vinh hiển Đức Chúa Trời. Nếu bạn muốn Hội thánh trở thành một tập thể nào đó mà không phải là một dân được biệt riêng, một dân thánh chỉ thuộc riêng về Ngài là Chúa trên trời (Tít 2:14; 1 Phi-e-rơ 2:9), thì bạn đang khao khát một thứ mà Đức Chúa Trời chẳng đẹp lòng.

Hãy lắng nghe điều Ê-sai nói: *"Nếu có ai bảo các ngươi: Hãy cầu hỏi đồng bóng và thầy bói, là kẻ nói ríu rít líu lo"* (Ê-sai 8:19). Đây có thể là mô tả chính xác về các nhà khoa học xã hội và các bậc thầy phát triển Hội thánh. Cứ sau hai ba năm, tất cả lý thuyết suông của họ đều thay đổi. Họ mang đến ý tưởng mới về loài người và chúng ta phải làm gì để sửa chữa loài người, Hội thánh là gì và chúng ta phải phát triển Hội thánh như thế nào. Cứ mỗi hai ba năm lại có mốt khác xuất hiện để giúp bạn biến Hội thánh trở nên siêu việt ở trong mắt của thế gian. Cách đây không lâu, một trong các chuyên gia phát triển Hội thánh nổi tiếng nhất nói rằng ông đã sai hoàn toàn về tất cả lý thuyết của mình. Nhưng thay vì hướng mọi người đến với Kinh Thánh – quỳ gối, ăn năn và than khóc – thì ông ta lại tiếp nhận một lý thuyết suông đến từ người khác!

Các giáo sư như thế không bao giờ nói cách rõ ràng! Ê-sai hỏi rằng: *"Một dân tộc há chẳng nên cầu hỏi Đức Chúa Trời mình sao? Há lại vì người sống mà hỏi kẻ chết sao? Hãy theo luật pháp và lời chứng! Nếu dân chẳng nói như vậy, chắc sẽ chẳng có rạng đông cho nó"* (Ê-sai 8:19–20). Với tư cách là Hội thánh, chúng ta có nên đi ra ngoài và hỏi ý kiến những người đã chết về mặt thuộc linh thay cho những người mà Đức Thánh Linh đã làm sống lại chăng? Tuyệt đối không!

CHƯƠNG 2
THIẾU HIỂU BIẾT VỀ ĐỨC CHÚA TRỜI

Vậy thì, Đức Chúa Trời đã bỏ qua các đời ngu muội đó, mà nay biểu hết thảy các người trong mọi nơi đều phải ăn năn.

CÔNG VỤ 17:30

Đôi khi tôi được yêu cầu đến thăm một nơi để giảng một loạt bài về đặc tánh của Đức Chúa Trời. Tôi thường trả lời rằng: "Vậy, ông đã nghĩ kỹ chưa?"

Có người trả lời là: "Ý ông là sao, 'Tôi đã nghĩ kỹ về điều này chưa' à?"

"Tại vì đề tài mà ông muốn tôi chia sẻ cho Hội thánh gây khá nhiều tranh cãi đấy!"

"Ý ông nói gây nhiều tranh cãi là thế nào? Đó là Đức Chúa Trời! Chúng ta là Cơ Đốc nhân. Đây là Hội thánh. Ý ông nói gây nhiều tranh cãi là sao?

Tôi đáp rằng: "Thưa mục sư, hãy nghe tôi nói. Khi tôi bắt đầu dạy giới trẻ về sự công bình của Đức Chúa Trời, quyền tể trị của Đức Chúa Trời, cơn thịnh nộ của Đức Chúa Trời, uy quyền tối thượng của Đức Chúa Trời và sự vinh hiển của Đức Chúa Trời, ông sẽ có vài tín hữu tốt nhất và lớn tuổi nhất trong Hội thánh đứng lên nói thế này: 'Đó không phải là Đức Chúa Trời của tôi. Tôi không thể nào yêu Đức Chúa Trời như thế'. Tại sao? Vì họ đang có một thần ở trong tâm trí của riêng mình, họ thích vị thần mà họ đã tạo ra hơn".

Hãy lắng nghe Lời Chúa phán:

Đức Giê-hô-va phán như vậy: Người khôn chớ khoe sự khôn mình; người mạnh chớ khoe sự mạnh mình; người giàu chớ khoe sự giàu mình; Nhưng kẻ nào khoe, hãy khoe về trí khôn mình biết ta là Đức Giê-hô-va, là Đấng làm ra sự thương xót, chánh trực, và công bình trên đất; vì ta ưa thích những sự ấy, Đức Giê-hô-va phán vậy. (Giê-rê-mi 9:23–24)

Đó là điều ngươi đã làm, còn ta nín lặng; ngươi tưởng rằng ta thật y như ngươi; Nhưng ta sẽ trách phạt ngươi, trương các điều đó ra trước mặt ngươi. Vậy, hỡi các người quên Đức Chúa Trời, khá suy xét điều đó, kẻo ta xé nát ngươi, không ai giải cứu chăng. (Thi. 50:21–22)

Vấn đề là gì? Thiếu hiểu biết về Đức Chúa Trời. Nhiều người nghe điều này rồi nghĩ rằng: "Đặc tánh của Đức Chúa Trời và thần học đều là tháp ngà và không có ứng dụng thực tiễn".

Chúng ta có nghe chính mình vừa nói gì chăng! Chúng ta thực sự tin rằng sự nhận biết Đức Chúa Trời không có ứng dụng thực tiễn sao? Bạn có biết vì sao tất cả hiệu sách Cơ Đốc đều tràn ngập các sách tự hoàn thiện bản thân không? Đó là vì con người không biết Đức Chúa Trời thật! Thế là họ phải được nuôi bằng những công cụ tầm thường của xác thịt để giúp họ sống như mấy con chiên! *"Hãy tình biết, theo cách công bình, và chớ phạm tội; vì có người không biết Đức Chúa Trời chút nào, tôi nói vậy để anh em hổ thẹn"* (1 Cô-rinh-tô 15:34). Tại sao tội lỗi lan tràn ngay cả trong vòng dân sự của Đức Chúa Trời như vậy? Đó là vì thiếu hiểu biết về Đức Chúa Trời!

Lần cuối cùng bạn tham dự một hội nghị về đặc tánh của Đức Chúa Trời là khi nào? Lần cuối cùng, với tư cách là một mục sư, bạn dạy trong nhiều tháng về bản chất của Đức Chúa Trời là khi nào? Có bao nhiêu sự dạy dỗ trong Hội thánh ngày nay liên quan đến bản chất của Đức Chúa Trời? Thật dễ dàng thuận theo dòng chảy, đơn giản là đi theo đám đông! Nhưng đến một ngày, bạn nghe được sứ điệp như thế này và đột nhiên bạn cũng không nhớ lần cuối cùng đã nghe ai đó dạy về đặc tánh của Đức Chúa Trời là khi nào. Vậy thì đừng ngạc nhiên khi chúng ta trở nên như ngày hôm nay!

Biết Chúa – đó là tất cả! Biết Chúa là sự sống đời đời! Sự sống đời đời không bắt đầu khi bạn đi qua cánh cổng vào miền vinh hiển. Sự sống đời đời bắt đầu với sự cải đạo. Sự sống đời đời là nhận biết Đức Chúa Trời. Bạn có thành thật nghĩ rằng bước đi trên những con đường bằng vàng trong cõi đời đời là niềm vui không? Lý do khiến bạn có thể làm cho tâm trí của mình không bị xao lãng trong cõi đời đời là vì có một Đấng vinh hiển đến đời đời, bạn có cả cõi đời đời để theo Ngài, tìm kiếm Ngài, nhưng bạn sẽ không bao giờ hiểu hết tất cả về Ngài đâu!

Hãy bắt đầu từ hôm nay! Có rất nhiều điều khác nhau mà bạn muốn biết và làm, cũng như có rất nhiều sách mà bạn muốn đọc. Hãy tìm cho mình một quyển thật hay về Đức Chúa Trời; hãy đọc Kinh Thánh và nghiên cứu để biết *Chúa*, để thực sự biết Đức Chúa Trời hằng sống và chân thật!

Vì những điều đã nói ở trên, tôi muốn cho bạn biết rằng có một số nơi được gọi là Hội thánh không nên nhóm lại vào sáng Chúa Nhật thì hơn. Buổi sáng Chúa Nhật thường là đỉnh điểm của sự thờ hình tượng trong suốt cả tuần vì hội chúng không đang thờ phượng Đức Chúa Trời thật. Phần lớn mọi người đang thờ thần mà họ đã tạo ra ở trong lòng bằng chính đời sống xác thịt của mình, bằng những công cụ của ma quỷ và bằng sự khôn ngoan của thế gian. Họ đã tạo ra một đấng giống như mình – một đấng giống như ông già Nô-en hơn là Đức Giê-hô-va. Làm sao có sự kính sợ Chúa khi chúng ta còn thiếu hiểu biết về Đức Chúa Trời như vậy!

CHƯƠNG 3
KHÔNG THỂ CHỈ RA CĂN BỆNH CỦA LOÀI NGƯỜI

Như có chép rằng: Chẳng có một người công bình nào hết, dẫu một người cũng không. Chẳng có một người nào hiểu biết, chẳng có một người nào tìm kiếm Đức Chúa Trời. Chúng nó đều sai lạc cả, thảy cùng nhau ra vô ích; chẳng có một người làm điều lành, dẫu một người cũng không.

RÔ-MA 3:10–12

Sách Rô-ma là một sách yêu thích của tôi ở trong Kinh Thánh. Sách này không phải là một thần học hệ thống. Tuy nhiên, nếu bạn muốn nói sách nào trong Kinh Thánh là một thần học hệ thống, thì thư tín gửi cho Hội thánh ở Rô-ma sẽ là hợp lý nhất. Điều đáng kinh ngạc là trong sách này, sứ đồ Phao-lô dành ba chương đầu tiên để làm một việc, đó là: dẫn tất cả mọi người vào sự đoán phạt. Nhưng lên án không phải là điều tốt nhất và đẹp nhất trong thần học của ông. Lên án không phải là mục đích cuối cùng của ông. Nỗ lực thuyết phục mọi người về tội lỗi là một công cụ để mang lại sự cứu rỗi cho độc giả của ông, bởi vì con người phải bị đưa tới chỗ nhận thức về cái tôi trước khi họ chịu đầu phục Đức Chúa Trời. Bạn phải hoàn toàn bỏ hết mọi sự trông cậy vào xác thịt của loài người sa ngã, thì mới có thể trông cậy vào Đức Chúa Trời.

Đây là điều rất quan trọng cho mọi việc, nhưng lại đặc biệt quan trọng ở trong công tác truyền giáo. Khi tôi 21 tuổi, vừa mới được kêu gọi đi truyền đạo, tôi bước vào một cửa hàng cũ ở Paducah, Kentucky, là nơi người ta bán những bộ vét-tông cho mục sư với giá chỉ bằng một nửa. Họ đã buôn bán như vậy được khoảng năm mươi hay sáu mươi năm rồi. Đột nhiên, cửa tiệm mở ra. Tôi nghe tiếng chuông rung lên khi cửa đóng. Một ông lão đứng chờ. Tôi vẫn không biết tên của ông, nhưng ông bước ra và nhìn thẳng vào tôi. Ông nói, "Con trai, cậu đã được kêu gọi để đi truyền đạo, có phải không?"

Tôi nói, "Đúng, thưa ông".

Ông lão đó là một nhà truyền đạo đã về hưu. Ông nói rằng: "Cậu có thấy tòa nhà ngay bên ngoài tòa nhà này không?"

Tôi nói, "Có".

Ông nói: "Tôi đã từng giảng đạo ở đó. Thánh Linh của Đức Chúa Trời đã giáng xuống và có nhiều linh hồn được cứu rỗi".

Tôi nói: "Thưa ông, xin vui lòng cho tôi biết thêm về điều đó".

Ông nói, "Ngày hôm nay chẳng có sự truyền đạo nào giống như vậy cả. Chúng tôi truyền đạo khoảng hai ba tuần mà không có lời kêu gọi tiếp nhận Chúa dành cho tội nhân. Chúng tôi cày xới tấm lòng của loài người cho đến khi Thánh Linh của Đức Chúa Trời bắt đầu hành động và cáo trách tấm lòng của họ".

Tôi hỏi là: "Thưa ông, làm sao ông biết khi nào Thánh Linh của Đức Chúa Trời giáng xuống và cáo trách tấm lòng của họ?"

Ông nói, "Để tôi kể cho cậu nghe một thí dụ. Nhiều thập kỷ trước, tôi cũng vào cửa hàng này để mua một bộ đồ. Có người đã đưa cho tôi 30 đô la và nói rằng: 'Thưa thầy, ngày mai hãy đi mua cho mình một bộ đồ'. Khi tôi vừa bước ra khỏi cửa hàng, anh nhân viên trông coi cửa hàng quay lại kêu lên: 'Ai có thể cứu một tội nhân như tôi?' Thế là, tôi biết rằng Thánh Linh của Đức Chúa Trời đã giáng xuống nơi này".

Ngày nay, rất nhiều nhà truyền đạo chỉ cần bước vào nhà thờ và nói chuyện với mọi người, đưa ra ba câu hỏi thăm dò, rồi hỏi xem họ có muốn cầu nguyện tiếp nhận Chúa Jêsus vào lòng chăng! Chúng ta đang tạo ra một đứa con của địa ngục gấp bội phần, họ sẽ không bao giờ mở lòng tiếp nhận Phúc Âm nữa đâu vì sự dối trá tôn giáo mà chúng ta là những kẻ tự xưng là theo đạo Tin Lành đã chia sẻ những sứ điệp như thế.

Khi chúng ta đối xử với tội lỗi một cách hời hợt, chúng ta đang chống đối Đức Thánh Linh. Kinh Thánh nói về Ngài rằng: *"Khi Ngài đến thì sẽ khiến thế gian tự cáo về tội lỗi, về sự công bình và về sự phán xét"* (Giăng 16:8). Có nhiều nhà truyền đạo rất nổi tiếng ngày nay bận rộn giúp bạn có được "cuộc sống tốt nhất ngay hôm nay" hơn là quan tâm đến số phận đời đời của bạn. Họ quên mất một điều đó là bài giảng của họ không hề đề cập đến tội lỗi. Tôi có thể nói với bạn rằng Đức Thánh Linh không có hiện diện ở trong chức vụ của họ đâu, ngoại trừ một việc đó là Ngài đang chống lại chức vụ ấy. Vì sao? Bởi vì cho dù ai nói rằng mình không có cách giải quyết tội lỗi của người khác, thì Đức Thánh Linh có thể làm điều đó! Công tác chủ yếu của Đức Thánh Linh là giáng xuống và cáo trách thế gian về tội lỗi. Khi bạn không chỉ ra cho mọi người một cách cụ thể, hết lòng và yêu thương về tình trạng sa đọa của họ, thì Đức Thánh Linh không ở với bạn đâu.

Chúng ta là những kẻ nói dối khi xem thường căn bệnh của loài người, giống như những kẻ chăn chiên vào thời của tiên tri Giê-rê-mi đã *"rịt vít thương cho dân ta cách sơ sài mà rằng: Bình an! Bình an! mà không bình an chi hết"* (Giê-rê-mi 6:14).

Chúng ta không chỉ là những kẻ nói dối khi làm điều này; mà chúng ta còn là những kẻ vô đạo đức nữa. Chúng ta giống như một bác sĩ phủ nhận lời thề Hippocratic của mình vì không muốn báo tin xấu cho bệnh nhân. Có lẽ bác sĩ nghĩ rằng bệnh nhân sẽ tức giận với mình hoặc buồn phiền. Cho nên bác sĩ không nói cho bệnh nhân biết những điều cần thiết nhất để cứu mạng sống của họ.

Tôi nghe các nhà truyền đạo ngày nay nói rằng: "Không, không! Bạn không hiểu rồi! Chúng ta không giống với nền văn hóa mà George Whitefield hay Jonathan Edwards đã chỉ ra.[1] Chúng ta không có sự nóng cháy và mạnh mẽ giống như họ – chúng ta bị đau khổ. Chúng ta không có sự tự tin – chúng ta yếu đuối lắm, chúng ta không thể tiếp nhận những bài giảng như thế đâu". Bạn đã bao giờ tìm hiểu cuộc đời của những người đàn ông này chưa? Nền văn hóa của họ cũng không chịu nổi những điều họ rao giảng! Chưa hề có người nào chịu nổi bài giảng về Phúc Âm. Người nào nghe có thể sẽ phản đối kịch liệt hoặc sẽ được cải đạo. Chúng ta thiếu sự tự tin sao! Thế giới của chúng ta tràn ngập căn bệnh ghê tởm về sự tự tin này. Vấn đề lớn nhất của chúng ta đó là quá tự tin vào bản thân hơn là tin cậy vào Đức Chúa Trời!

Chúng ta cũng là kẻ trộm khi chẳng nói gì nhiều về tội lỗi. Sáng nay, tất cả ngôi sao đi đâu mất rồi? Có phải một gã khổng lồ ngoài vũ trụ đã xuất hiện, nhặt tất cả ngôi sao, quăng vào một cái giỏ và đem chúng đi chỗ khác chăng? Các ngôi sao vẫn ở đó, nhưng bạn không thấy chúng. Nhưng khi trời tối hơn, đen như mực, thì các ngôi sao xuất hiện một cách huy hoàng rực rỡ. Khi bạn từ chối dạy về sự sa đọa triệt để của loài người, thì bạn không làm vinh hiển Đức Chúa Trời, Đấng Christ của Ngài và thập tự giá của Ngài. Thập tự giá của Đức Chúa Jêsus Christ và sự vinh hiển của thập tự giá được tán dương cao nhất khi hiện ra trước mặt sự sa đọa của loài người. Lu-ca nói về một phụ nữ được yêu mến nhiều vì đã được tha nhiều (Lu-ca 7:47). Cô ta biết mình đã được tha thứ nhiều thế nào vì nàng vốn biết rõ sự gian ác của mình.

Nhưng chúng ta lại sợ nói với loài người về sự gian ác của họ, nên họ không thể nào kính mến Đức Chúa Trời được. Chúng ta đã cướp mất cơ hội để họ không thể khoe mình nữa, mà làm theo lời khuyên *ai khoe mình, hãy khoe mình trong Chúa* (2 Cô-rinh-tô 10:17).

CHƯƠNG 4
THIẾU HIỂU BIẾT VỀ PHÚC ÂM CỦA CHÚA JÊSUS

Nhưng Đức Chúa Trời tỏ lòng yêu thương Ngài đối với chúng ta, khi chúng ta còn là người có tội, thì Đấng Christ vì chúng ta chịu chết. Huống chi nay chúng ta đã nhờ huyết Ngài được xưng công bình, thì sẽ nhờ Ngài được cứu khỏi cơn thạnh nộ là dường nào!

RÔ-MA 5:8–9

Tôi đã nói với bạn rằng Hoa Kỳ và các nước phương Tây khác không cứng rắn với Phúc Âm. Họ thực sự không biết gì về Phúc Âm, bởi vì hầu hết các nhà truyền đạo của họ cũng vậy. Hãy để tôi lặp lại điều này. Căn bệnh ở trong đất nước của chúng ta không phải là từ các chính trị gia tự do, không phải là gốc rễ của chủ nghĩa xã hội, không phải là Hollywood hay điều gì khác. Căn bệnh nằm ở các mục sư Tin Lành, nhà truyền đạo, hoặc nhà truyền giáo của chúng ta ngày nay. Đó là nơi phát bệnh. Chúng ta không biết Phúc Âm. Chúng ta đã lấy Phúc Âm vinh hiển của Đức Chúa Trời và rút gọn thành bốn định luật thuộc linh, thành năm điều nào đó của Đức Chúa Trời, với một lời cầu nguyện ngắn ở cuối cùng. Nếu ai đó lặp lại mấy lời của chúng ta một cách chân thành và rõ ràng, thì chúng ta tuyên bố họ được tái sinh! Chúng ta đã đổi sự tái sinh – giáo lý Thánh Kinh về sự tái sinh – bằng chủ nghĩa quyết định đơn giản.[1]

Sau khi tôi giảng về điều này, tôi ngạc nhiên trước rất nhiều tín đồ tin Chúa đã được ba mươi và bốn mươi năm khóc lóc đến gặp tôi nói rằng: "Tôi chưa bao giờ nghe sứ điệp này trong đời". Nhưng đây là giáo lý về sự cứu chuộc và sự chuộc tội trong lịch sử.[2]

Chúng ta hãy xác định vấn đề này thật rõ ràng. Phúc Âm bắt đầu với bản chất của Đức Chúa Trời. Rồi từ đó dẫn đến bản chất của loài người và sự sa ngã của họ. Hai cột trụ quan trọng này của Phúc Âm đã lập nên trong lòng mỗi người tin Chúa "sự nan giải lớn". Sự nan giải ấy là gì? Đó là vấn đề lớn nhất trong cả Kinh Thánh: nếu Đức Chúa Trời là công bình, thì Ngài không thể tha thứ tội lỗi của bạn. Làm sao Đức Chúa Trời là công bình mà cũng là Đấng xưng công bình cho kẻ có tội, còn xuyên suốt cả Kinh Thánh nói như sách Châm ngôn rằng: *"Ai xưng kẻ ác là công bình, và kẻ nào lên án cho người công bình, cả hai đều lấy làm gớm ghiếc cho Đức Giê-hô-va"* (17:15)? Vậy mà hầu như các bài hát Cơ Đốc đều cất lên lời ca Đức Chúa Trời xưng công bình cho kẻ có tội!

Đây là vấn đề lớn nhất. Đây là *acropolis*[3] – tức là đỉnh cao và vĩ đại – của đức tin Cơ Đốc. Martyn Lloyd-Jones, Charles Spurgeon và người nào đã đọc và hiểu đúng chương ba của sách Rô-ma đều nói như vậy. Các nhà truyền đạo phải thiết lập điều này ở trước mặt mọi người. Vấn đề lớn là Đức Chúa Trời thực sự là Đấng công bình và loài người thực sự là gian ác. Đức Chúa Trời, là Đấng công bình, phải đoán phạt kẻ ác. Nhưng cũng chính Đức Chúa Trời, vì cớ sự vinh hiển của Ngài, bởi vì tình yêu thương lớn mà Ngài dùng để yêu chúng ta, đã sai Con của Ngài, là Đức Chúa Jêsus Christ, đến làm người hoàn hảo ở trong thế gian. Hơn nữa, theo kế hoạch đời đời của Đức Chúa Trời, Chúa Jêsus đã bị đóng đinh trên đồi Gô-gô-tha. Trên cây gỗ, Ngài gánh hết tội lỗi của chúng ta. Chịu thay cho dân sự của Ngài, gánh lấy tội lỗi của chúng ta, Ngài trở thành sự rủa sả. *"Đáng rủa thay là kẻ không bền đỗ trong mọi sự đã chép ở sách luật, đặng làm theo những sự ấy!"* (Ga-la-ti 3:10). Đấng Christ đã chuộc chúng ta khỏi sự rủa sả bằng cách trở thành sự rủa sả thay cho chúng ta (Ga-la-ti 3:13).

Rất nhiều người có một góc nhìn lãng mạn, bất lực về sứ điệp Phúc Âm. Họ thấy Đấng Christ bị treo trên cây gỗ, đau khổ vì những vết thương gây ra bởi Đế quốc La Mã. Họ tưởng tượng rằng Đức Chúa Cha không thể chịu nổi sự đau khổ của Con Ngài, nên Chúa đã quay lưng lại. Làm gì có chuyện như thế! Đức Chúa Cha đã quay lưng lại vì Con của Ngài đã trở nên tội lỗi mặc dù Ngài chẳng hề biết tội lỗi!

Chính vì thế, khi Đấng Christ ở trong vườn kêu lên rằng: "Xin cho chén này lìa khỏi Con!" (Ma-thi-ơ 26:39), mọi người suy đoán rằng: "Trong chén có gì? Đó là thập tự giá của người La Mã. Đó là roi da. Đó là những cây đinh. Đó là sự chịu khổ". Tôi không muốn lấy đi những đau khổ thể xác của Đấng Christ trên cây gỗ, nhưng cái chén là cơn thịnh nộ của Đức Chúa Cha phải đổ ra ở trên Con Ngài. Phải có người chịu chết, gánh lấy tội lỗi của dân sự Đức Chúa Trời, bị Đức Chúa Trời bỏ vì Đức Chúa Trời là công bình và bị nghiền nát dưới cơn thịnh nộ của Đức Chúa Trời – vì Đức Giê-hô-va vừa ý mà làm tổn thương Ngài (Ê-sai 53:10).

Tôi đã từng ở trong một chủng viện của người Đức ở châu Âu, lúc ở đó tôi đã thấy một quyển sách tựa đề là *Thập tự giá của Đấng Christ*.[4] Tôi lấy xuống và bắt đầu đọc. Quyển sách nói thế này: "Đức Chúa Cha từ trên trời nhìn thấy sự chịu khổ mà loài người gây ra cho Con của Ngài, rồi kể điều đó là giá chuộc tội lỗi của chúng ta". Đó là dị giáo! Sự đau khổ thể xác, tức là bị đóng đinh trên cây gỗ – tất cả đều nằm trong cơn thịnh nộ của Đức Chúa Trời. Đó là một sự hy sinh đẫm máu; Tôi sẽ không bỏ điều này ra đâu. Nhưng nếu bạn dừng lại ở đó, thì bạn không có Phúc Âm.

Khi sứ điệp Phúc Âm được rao giảng ngày nay và được chia sẻ trong lúc truyền giáo cá nhân, bạn có bao giờ nghe nói về sự công bình và cơn thịnh nộ của Đức Chúa Trời chưa? Hầu như không bao giờ! Sứ điệp Phúc Âm hôm nay không hề nói rằng Đấng Christ có thể cứu chuộc tội nhân vì Ngài đã chết dưới sự công bình của Đức Chúa Trời. Công lý thiêng liêng được thỏa mãn bằng sự chết của Con Ngài, Đức Chúa Trời là công bình và là Đấng xưng kẻ có tội là công bình.

Bất cứ điều gì khác ngoài sứ điệp này đều là chủ nghĩa giản hóa Phúc Âm! Chúng ta thắc mắc vì sao sứ điệp như vậy không có quyền năng. Chuyện gì đã xảy ra vậy? Tôi có thể cho bạn biết! Khi bạn bỏ đi Phúc Âm và sứ điệp mà bạn cho là Phúc Âm không có quyền năng, thì bạn phải làm đủ thứ mánh khóe đang rất thịnh hành ngày hôm nay để cải đạo người khác – tất cả chúng ta đều biết chúng là gì. Nhưng chẳng có cách nào hiệu quả cả!

Cách đây vài năm, khi tốt nghiệp từ chủng viện, để cứu rỗi đời sống thuộc linh của tôi, Đức Chúa Trời đã sai tôi đến sống trong rừng rậm ở Peru! Ở đó, tôi bắt đầu nhận ra một điều. Giống như Spurgeon đã nói: "Những kẻ to lớn với khối óc hay hơn cách tôi đề cập giáo lý về sự tái lâm chẳng làm được tích sự gì cả. Đây là một giáo lý vĩ đại và quyền năng". Do đó, ông đã kết luận rằng: "Tôi sẽ sống để hiểu bằng được Đức Chúa Jêsus Christ và Đức Chúa Jêsus Christ bị đóng đinh trên cây thập tự".

Tôi rất tức giận khi người ta xem sứ điệp Phúc Âm đầy vinh hiển của Đấng Christ chỉ là bước đầu tiên, mất khoảng mười phút tâm vấn để được vào Cơ Đốc giáo, còn sau đó bạn có thể tiếp tục với những điều lớn lao hơn. Điều này cho thấy chúng ta không nhận biết những điều thuộc về Đức Chúa Trời.

Bạn ơi, trong ngày Chúa tái lâm bạn sẽ hiểu hết mọi điều về sự tái lâm, nhưng suốt cõi đời đời ở thiên đàng, bạn sẽ chỉ bắt đầu hiểu được sự vinh hiển của Đức Chúa Trời tại đồi Gô-gô-tha mà thôi. Mọi thứ là như vậy đấy! Hỡi người trẻ tuổi, nhà truyền đạo trẻ tuổi, hãy chú ý. Hãy nhận ra lẽ thật của thập tự giá. Hãy nắm bắt ý nghĩa của thập tự giá! Bạn sẽ không cần hoặc không muốn dâng lửa lạ ở trong lư hương của mình (Lê-vi Ký 10:1–3) nếu bạn hiểu được chỉ một chút những gì Đấng Christ đã làm trên thập tự giá ấy.

Tôi thích nói điều này và tôi đã nói rất nhiều lần rằng: Áp-ra-ham đem Y-sác lên núi – con trai của ông, đứa con trai duy nhất mà ông yêu quý. Bạn có cho rằng Đức Thánh Linh đang phán cùng chúng ta điều gì đó về tương lai chăng? Đứa con trai ấy không vùng vẫy mà tự nguyện nằm xuống. Khi người cha đầu phục ý riêng của mình để thực hiện ý muốn của Đức Chúa Trời, thì ông đã hạ con dao bằng đá lửa đó xuống để đâm vào trái tim của chính con trai mình. Nhưng tay của ông đã bị giữ lại, vì Đức Chúa Trời phán cùng ông rằng Ngài đã cung ứng một con chiên đực. Rất nhiều Cơ Đốc nhân nghĩ rằng: "Câu chuyện kết thúc thật tốt đẹp làm sao". Đó chưa phải là kết thúc; đó là sự tạm dừng. Mấy ngàn năm sau, Đức Chúa Cha đã đặt tay trên trán của Con Ngài, là Con một yêu dấu của Ngài, rồi lấy con dao đá lửa khỏi tay của Áp-ra-ham để giết chính Con một dưới cơn thịnh nộ của Ngài.

Bây giờ, bạn có biết tại sao sứ điệp Phúc Âm ngắn ngủi đang được rao giảng không có quyền năng không? Bởi vì đó không phải là sứ điệp Phúc Âm! Hãy đến với Phúc Âm. Hãy quỳ gối cả cuộc đời của bạn. Hãy tránh xa sự dạy dỗ của những người không biết Kinh Thánh. Hãy nghiên cứu về thập tự giá!

Những điều chúng ta vừa nói thực ra xuất phát từ việc thiếu sự hiểu biết về giáo lý của sự tái sinh. Tôi biết có cả những người theo thuyết Calvin và những người theo thuyết Arminius, tôi cũng biết có đủ loại quan điểm kỳ lạ ở giữa hai giáo thuyết này.[5] Tôi tự gọi mình là "người theo năm luận điểm của thuyết Spurgeon"! Nhưng tôi muốn bạn biết điều này: Thuyết Calvin không phải là vấn đề. Vấn đề là sự tái sinh! Đó là vì sao tôi có thể thông công với Wesley, Ravenhill, Tozer và nhiều người tương tự giống như họ – bởi vì ngoài sai sót về những vấn đề khác, họ tin rằng sự cứu rỗi không thể bị thao túng bởi người truyền đạo, mà đó là một công tác vĩ đại về quyền năng của Đức Chúa Trời toàn năng. Do đó, tôi ủng hộ họ về tính cần thiết của công tác tái sinh.

Có một hành động bày tỏ quyền năng của Đức Chúa Trời trong công tác tái sinh của Đức Thánh Linh lớn hơn trong sự sáng tạo thế giới và toàn bộ vũ trụ, bởi vì Ngài đã tạo ra thế giới từ *ex nihilo* – tức là từ sự trống không. Nhưng Chúa tái sinh một người từ sự bại hoại. Đó là hành động tương đương với sự sống lại của Chúa Cứu thế từ kẻ chết.

Tôi hiểu rằng trong sự giảng luận, mỗi người có ân tứ khác nhau – giáo sư, truyền đạo và nhà giảng Kinh, tất cả đều rất cần thiết cho sự khỏe mạnh của Hội thánh. Nhưng bạn phải hiểu điều này. Tôi đã nghe nói về cụ G. Campbell Morgan[6] rằng: khi ông đi lên bục giảng long trọng của nhà thờ để rao giảng, ông đã tự nói với mình là "như chiên con bị dắt đến hàng làm thịt, như chiên câm ở trước mặt kẻ hớt lông" (Ê-sai 53:7). Ông biết rằng nếu không có công tác tái sinh lạ lùng của Đức Thánh Linh, thì mọi điều ông nói ra sẽ chẳng có sự sống. Đức Thánh Linh mới là Đấng ban sự sống (Giăng 6:63).

Vì thế, mỗi người trong chúng ta, là những kẻ rao truyền lẽ thật của Lời Đức Chúa Trời phải công bố như một nhà tiên tri. Ý tôi là gì? Ý tôi là chúng ta luôn giống như tiên tri Ê-xê-chi-ên đứng trong trũng hài cốt – rất khô (Ê-xê-chi-ên 37:1–2)! Chúng ta bước vào trong trũng đó, để làm gì? Chúng ta nói tiên tri. Chúng ta nói rằng: *"Khá nghe lời Đức Giê-hô-va"*. Chúng ta biết rằng gió của Đức Chúa Trời phải thổi trên những kẻ đã chết này, nếu không họ sẽ không sống lại được. Khi bạn đã hoàn toàn hiểu điều này – tận sâu trong lòng bạn – bạn sẽ không còn trao mình cho sự thao túng thường được thực hiện dưới danh nghĩa truyền giáo nữa. Thay vào đó, bạn sẽ công bố Lời Chúa.

Hãy nghĩ đến những điều một nhà truyền đạo như vậy sẽ đối mặt mà xem! Hãy xem xét George Whitefield thân yêu. Lúc bấy giờ, mọi người tin rằng họ là Cơ Đốc nhân, hoàn toàn theo đạo Cơ Đốc. Tại sao? Bởi vì họ đã được làm báp-tem từ khi còn là trẻ sơ sinh, được đưa vào "giao ước" và được công nhận. Nhưng họ đã sống như những con quỷ! Sự tái sinh đã bị đổi thành một loại tín điều đơn thuần được các lãnh đạo tôn giáo thời ấy cấp quyền cho.[7]

Whitefield và Wesleys nói với mọi người là "điều đó chẳng có lợi cho linh hồn của bạn đâu". Bạn chưa được tái sinh! Không có bằng chứng về đời sống thuộc linh. Hãy tra xét mình. Hãy tự xét xem bạn có đức tin chăng (2 Cô-rinh-tô 13:5). Hãy chắc chắn về sự kêu gọi và sự Chúa lựa chọn bạn (2 Phi-e-rơ 1:10). *"Các ngươi phải sanh lại"* (Giăng 3:7).

Ở Hoa Kỳ và nhiều nơi khác, bởi vì sau vài thập kỷ gần đây của công tác truyền giáo hiện đại, khái niệm thực sự về "sự tái sinh" đã hoàn toàn biến mất. Bây giờ, sự tái sinh chỉ có nghĩa là xảy ra tại một thời điểm trong một chiến dịch truyền giáo mà thôi, bạn đưa ra một quyết định nào đó và bạn nghĩ rằng mình đã rất thật lòng. Nhưng không có bằng chứng nào về công tác tái sinh siêu nhiên của Đức Thánh Linh ở trong đời sống của bạn. *"Nếu ai"* – không phải là vài người nào đó thôi đâu – *"ở trong Đấng Christ, thì nấy là người dựng nên mới"* (2 Cô-rinh-tô 5:17, phần in đậm được thêm vào).

Bây giờ, chúng ta phải đối mặt với trận chiến giống như dưới thời của Wesleys và Whitefield. Ở Hoa Kỳ, vấn đề không phải là báp-tem trẻ sơ sinh, cũng không phải là sự công nhận của một cơ quan có thẩm quyền trong "giáo hội", mặc dù có thể xảy ra ở một số nơi trên thế giới. Những gì chúng ta thường phải đối mặt bây giờ là lời cầu nguyện tiếp nhận Chúa. Tôi muốn bạn biết rằng nếu tôi phải tuyên chiến với một điều nào đó trên đời này, thì đó là lời cầu nguyện tiếp nhận Chúa.

Lời cầu nguyện tiếp nhận Chúa là con bò vàng của ngày nay dành cho hệ phái Báp-tít, cho ai theo đạo Tin Lành và tất cả người nào đã làm theo như vậy. Lời cầu nguyện tiếp nhận Chúa đã dẫn nhiều người xuống địa ngục hơn hầu hết bất kỳ điều gì khác trên đời này!

Bạn hỏi là "tại sao ông lại nói như vậy?" Tôi trả lời rằng: "Hãy chỉ cho tôi thấy ở trong Kinh Thánh có ai truyền giáo như vậy không". Kinh Thánh không nói rằng Đức Chúa Jêsus Christ đã đến trong dân Y-sơ-ra-ên và phán rằng: "Kỳ đã trọn, nước Đức Chúa Trời đã đến gần. Có ai muốn tiếp nhận Ta vào lòng không? Ta thấy có cánh tay giơ lên". Kinh Thánh làm gì nói như vậy! Đấng Christ phán rằng: *"Các ngươi hãy ăn năn và tin đạo Tin Lành"* (Mác 1:15)!

Ngày hôm nay, mọi người tin rằng họ đã cầu nguyện ít nhất một lần trong đời và có người đã nói rằng họ được cứu rỗi vì đã cầu nguyện thật lòng. Vậy là nếu bạn hỏi họ rằng: "Bạn đã được cứu chưa?" Họ không nói rằng: "Rồi, vì tôi đang chăm xem Chúa Jêsus và đang có bằng chứng để tôi biết chắc mình đã được tái sinh". Không đâu! Thay vì thế, họ nói rằng: "Tôi đã có lần cầu nguyện tiếp nhận Chúa". Bây giờ, họ sống không tin kính, nhưng họ đã cầu nguyện tiếp nhận Chúa rồi! Tôi từng nghe một nhà truyền đạo đang mời một người làm điều đó. Cuối cùng, người đó cảm thấy rất khó chịu, nhà truyền đạo nói rằng: "Thôi được rồi. Tôi sẽ thay anh cầu nguyện với Chúa và nếu đó cũng là điều anh muốn thưa với Chúa, thì hãy siết chặt tay tôi".

Đó có phải là quyền phép của Chúa không? Đó là chủ nghĩa quyết định – tức là thờ lạy chủ nghĩa quyết định! Con người nghĩ rằng họ sẽ vào thiên đàng vì họ tự cho mình đã rất thật lòng khi đưa ra quyết định. Khi sứ đồ Phao-lô đến thăm Hội thánh ở thành Cô-rinh-tô, ông đã không nói với họ rằng: "Coi kìa, anh em không sống như Cơ Đốc nhân, cho nên chúng ta hãy quay lại thời điểm mà anh em đã cầu nguyện tiếp nhận Chúa lần đầu tiên trong đời, mà lần này phải thật lòng đấy nhé!" Không hề, nhưng ông đã nói với họ rằng: *"Chính anh em hãy tự xét để xem mình có đức tin chăng. Hãy tự thử mình"* (2 Cô-rinh-tô 13:5).

Bạn ơi, tôi muốn bạn biết rằng sự cứu rỗi chỉ duy bởi đức tin mà thôi! Đó là công tác của Đức Chúa Trời. Đó là ơn càng thêm ơn. Nhưng bằng chứng của sự cải đạo không chỉ là tra xét xem mình đã thật lòng ngay lúc cải đạo hay chưa. Đó là bông trái liên tục ở trong đời sống của bạn.

Hãy nhìn vào những gì chúng ta đã làm mà xem! Không phải

xem trái thì biết cây hay sao (Ma-thi-ơ 7:20)? Ngày hôm nay, có đến 60 hoặc 70 phần trăm người dân Hoa Kỳ nghĩ rằng họ đã được cải đạo, được tái sinh. Nhưng chúng ta đang giết hàng ngàn trẻ sơ sinh mỗi ngày! Chúng ta bị cả thế giới ghét vì sự đồi trụy. Vậy mà chúng ta tưởng mình là Cơ Đốc nhân. Còn tôi sẽ lên án tình trạng này là do các nhà truyền đạo.

CHƯƠNG 5
KÊU GỌI TIẾP NHẬN CHÚA KHÔNG THEO KINH THÁNH

Kỳ đã trọn, nước Đức Chúa Trời đã đến gần; các ngươi hãy ăn năn và tin đạo Tin Lành.

MÁC 1:15

Tôi đã thấy vấn đề của sự kêu gọi tiếp nhận Chúa không theo Kinh Thánh ở khắp mọi nơi. Cho dù họ tự xưng mình theo chủ nghĩa Calvin hay chủ nghĩa Arminius, thì các nhà truyền đạo có một điểm chung là họ kêu gọi rất hời hợt. Họ nói rất nhiều về mọi thứ rồi mới có lời kêu gọi, sau đó thì mọi người giống như bị mất trí hết trơn.

Vậy, hễ đi ra gặp ai đó cũng nói rằng: "Chúa yêu bạn và có kế hoạch tuyệt vời cho cuộc đời bạn". Bạn thử nghĩ nói điều đó với một người Mỹ mà xem? "Thưa ông, Chúa yêu ông và có kế hoạch tuyệt vời cho cuộc đời ông".

"Gì chứ? Chúa yêu tôi? Ừ thì", người đó nói, "điều đó thật tuyệt vời vì tôi cũng yêu mình nữa. Ôi, hay thật! Chúa có kế hoạch tuyệt vời ư? Tôi cũng có kế hoạch tuyệt vời cho cuộc đời mình nữa. Nếu tôi tiếp nhận Ngài vào cuộc đời mình, tôi sẽ có một cuộc sống tuyệt vời. Điều này thật là hay".

Đó không phải là truyền giáo theo Kinh Thánh. Để tôi cho bạn thấy. Đức Chúa Trời hiện ra với Môi-se, Ngài phán rằng:

Giê-hô-va! Giê-hô-va! là Đức Chúa Trời nhân từ, thương xót, chậm giận, đầy dẫy ân huệ và thành thực, ban ơn đến ngàn đời, xá điều gian ác, tội trọng, và tội lỗi; nhưng chẳng kể kẻ có tội là vô tội, và nhân tội tổ phụ phạt đến con cháu trải ba bốn đời (Xuất Ê-díp-tô-ký 34:6–7).

Phản ứng của Môi-se là gì? "Môi-se lật đật cúi đầu xuống đất và thờ lạy" (Xuất Ê-díp-tô-ký 34:8).

Truyền giáo bắt đầu với bản chất của Đức Chúa Trời. Đức Chúa Trời là Ai? Làm sao một người có thể nhận ra tội lỗi của mình nếu không có tiêu chuẩn nào để họ so sánh? Nếu chúng ta chẳng nói gì hết ngoài những điều tầm thường về Đức Chúa Trời để làm nhột thêm cho tâm trí xác thịt,[1] thì nghĩ thử xem người đó sẽ ăn năn và có đức tin thật chăng?

Vậy, chúng ta không thể nào bắt đầu bằng cách nói rằng: "Đức Chúa Trời yêu bạn và Ngài có kế hoạch tuyệt vời cho cuộc đời bạn". Chúng ta phải bắt đầu bằng một bài giảng giải thích toàn bộ ý định về Đức Chúa Trời. Chúng ta phải nói với người đó ngay từ đầu rằng họ phải trả giá bằng chính mạng sống của mình (Ma-thi-ơ 16:24)!

Sau phần dạo đầu ở trên, nhiều người sẽ có thắc mắc hời hợt là: "Này, bạn có biết mình là tội nhân không?" Nói như thế giống như cách đây nhiều năm, khi mẹ tôi sắp qua đời vì bệnh ung thư, bác sĩ bước vào và hớn hở nói rằng: "Barb ơi, bà có biết mình bị ung thư không hả?" Chúng ta tiếp cận vấn đề rất hời hợt. Không có trọng lượng, không có nghiêm túc. Thay vào đó, chúng ta phải nói với họ là: "Thưa ông, có một căn bệnh khủng khiếp đang xảy ra với ông và sự phán xét đang đến". Bởi vì nếu bạn chỉ nói với người đó rằng: "Thưa ông, ông có biết mình là tội nhân không?" thì bạn không hề thuyết phục tấm lòng của người đó. Hãy đi hỏi ma quỷ xem hắn có biết mình là tội nhân không. Hắn sẽ nói rằng: "Đúng rồi. Ta là số một nữa đó, hoặc một kẻ rất gian ác tùy vào cách ngươi hiểu. Nhưng, đúng vậy – ta biết mình là tội nhân".

Do đó, câu hỏi không phải là "bạn có biết mình là tội nhân không?" Thực tế, câu hỏi phải là thế này: "Có phải qua sứ điệp Phúc Âm, Đức Thánh Linh đang hành động trong lòng để thay đổi bạn, đến nỗi bạn ghét bỏ tội lỗi đã từng yêu mến, bạn muốn tránh xa tội lỗi giống như chạy trốn khỏi một con rồng đúng không?

Sau những câu hỏi nông cạn đó, chúng ta lại hỏi tiếp rằng: "Bạn có muốn vào thiên đàng không?" Đây là lý do tôi không cho các con đi học phần lớn các trường Chúa Nhật và mấy khóa Thánh Kinh hè của các Hội thánh Tin Lành. Một số người có ý tốt đứng lên nói rằng: "Chúa Jêsus có tuyệt vời không?" sau khi chiếu phim cuộc đời Chúa Jêsus.

"Có", bọn trẻ trả lời.

"Bao nhiêu bạn yêu mến Chúa Jêsus?"

"Con".

"Có ai muốn tiếp nhận Chúa Jêsus vào lòng mình không?"

"Con".

Sau đó, chúng được làm báp-tem! Chúng có thể đi đứng như Cơ Đốc nhân trong một thời gian ngắn bởi vì chúng đã được dạy dỗ kỹ càng. Chúng đang được nuôi dưỡng trong nền văn hóa Cơ Đốc, hoặc ít nhất là văn hóa nhà thờ. Nhưng khi bước sang tuổi mười lăm hay mười sáu, khi chúng bộc lộ sức mạnh ý chí của mình, chúng bắt đầu hủy bỏ những ràng buộc. Chúng bắt đầu sống trong tội lỗi. Sau đó, chúng ta đuổi theo chúng để khuyên rằng: "Các bạn là Cơ Đốc nhân, nhưng lại không sống như Cơ Đốc nhân. Đừng sống trong sự sa ngã nữa".

Thay vào đó, chúng ta nên đến với họ bằng Kinh Thánh nhiều hơn mà nói rằng: "Bạn đã tuyên xưng đức tin nơi Đấng Christ. Bạn đã xưng danh Ngài ngay cả khi làm phép báp-tem, nhưng dường như bạn đang quay lưng lại với Ngài. Hãy tra xét mình. Hãy thử mình. Có rất ít bằng chứng về sự cải đạo thật ở trong bạn!"

Sau khi tốt nghiệp cao đẳng, khi họ được hai mươi bốn, hoặc hai mươi lăm, hoặc có thể là 30, họ trở lại Hội thánh và "tái kết ước cuộc đời của mình". Họ đi ngay vào loại đạo đức giả Cơ Đốc đang chi phối "Hội thánh" ở Hoa Kỳ. Trong ngày trọng đại cuối cùng, họ sẽ nghe thấy điều này: *"Hỡi kẻ làm gian ác, ta chẳng biết các ngươi bao giờ, hãy lui ra khỏi ta!"* (Ma-thi-ơ 7:23).

Bạn có thể nói rằng: "Ông rất hung hăn, rất tàn nhẫn, rất tùy tiện". Tôi không có quyền bày tỏ cơn giận công bình hay sao? Nói ra lẽ thật trong tình yêu là tàn nhẫn hay sao? Ai đó phải kêu khóc cho sự phấn hưng. Nhưng chúng ta thậm chí còn chưa có được nền tảng vững chắc. Ôi, cơn phục hưng ấy sẽ xảy ra và làm ngay ngắn lại những nền tảng của chúng ta! Trong khi chúng ta mắt mở tai nghe, Kinh Thánh ở trước mặt, lẽ nào chúng ta không nên sửa đổi lời kêu gọi tiếp nhận Chúa hay sao?

Vậy thì, tại sao chúng ta còn hỏi: "Bạn có muốn vào thiên đàng không?" Bạn thân mến, người nào biết suy nghĩ đều muốn vào một thiên đàng nào đó, nhưng họ không muốn vào chỗ nào có Đức Chúa Trời! Vậy thì câu hỏi không phải là: "Bạn có muốn vào thiên đàng không?" Mà câu hỏi phải là thế này: "Bạn muốn có Đức Chúa Trời không? Bạn có từng yêu mến Chúa bao giờ chưa? Đấng Christ có phải là quý báu đối với bạn không? Bạn có khao khát Ngài không?"

Đó là tất cả mọi thứ về lý thuyết. Ai cũng muốn vào thiên đàng, nhưng con người ghét Đức Chúa Trời. Vậy, câu hỏi không phải là: "Bạn có muốn vào một nơi đặc biệt, không còn đau khổ nữa và có được mọi thứ bạn muốn không?" Câu hỏi là: "Bạn muốn có Đức Chúa Trời không? Đấng Christ có phải là quý báu đối với bạn không?"

Thông thường, để một người lặp lại lời cầu nguyện tiếp nhận Chúa, chúng ta hỏi người này rằng: "Bạn có muốn vào thiên đàng không?"

"Có chứ" là câu trả lời.

"Vậy thì, bạn có muốn cầu nguyện mời Chúa Jêsus ngự vào lòng mình không?"

Xin hiểu cho tôi. Có *nhiều* người được cứu nhờ phương pháp đó, nhưng không phải nhờ phương pháp đó. Mà là không cần đến phương pháp này.

Thay vào đó, chúng ta phải hỏi mọi người rằng: "Thưa ông, ông có khao khát Đấng Christ không? Ông có nhận ra tội lỗi của mình chưa?"

"Có chứ, tôi đã thấy rồi".

"Thưa ông, hãy nhìn vào câu Kinh Thánh cho chúng ta biết sự ăn năn là thế nào. Có phải Đức Thánh Linh làm chứng trong lòng chúng ta rằng những điều này đang xảy ra trong cuộc đời của bạn không? Bạn có sự thống hối không? Mọi thứ bạn nghĩ trước đây đã bị sụp đổ, bây giờ tâm trí bạn tràn ngập những tư tưởng mới về Đức Chúa Trời cùng những khao khát mới và hy vọng mới phải không?"

"Đúng, tôi có thấy điều đó".

"Thưa ông, có thể đó là trái đầu mùa của sự ăn năn. Bây giờ, hãy đầu phục Đấng Christ. Hãy tin cậy Ngài. Hãy tin cậy nơi Ngài!"

Hỡi người truyền đạo, bạn có thẩm quyền để nói với mọi người về Phúc Âm. Bạn có thẩm quyền để cho mọi người biết làm thế nào để được cứu rỗi, bạn còn có thẩm quyền để dạy cho mọi người những nguyên tắc trong Kinh Thánh để có sự cứu rỗi chắc chắn. Nhưng bạn không có thẩm quyền để nói với mọi người họ đã được cứu. Đó là công tác của Thánh Linh Đức Chúa Trời!

Nhưng thay vào đó, ai cũng dẫn người ta trải qua nghi thức nhỏ này:

"Bạn có mời Chúa Jêsus ngự vào lòng chưa?"

"Rồi", người đó trả lời.

"Bạn có thật lòng không?"

"Có".

"Bạn có nghĩ Chúa đã cứu bạn không?"

"Tôi không biết".

"Dĩ nhiên là Ngài đã cứu bạn", người truyền đạo giả dối đáp, "bởi vì bạn đã thật lòng và Chúa đã hứa nếu bạn xin Chúa ngự vào lòng thì Ngài sẽ ở trong bạn. Vì vậy, bạn đã được cứu".

Người đàn ông, hoặc người phụ nữ, hoặc đứa trẻ đó đi ra khỏi nhà thờ chỉ sau năm phút tâm vấn, còn người truyền đạo đi ăn trưa, trong khi người đó vẫn hư mất!

Đây là lời kêu gọi không theo Kinh Thánh và là sự đảm bảo không theo Kinh Thánh. Nếu người đó có sự nghi ngờ về sự cứu rỗi của mình, thì người truyền đạo cứ thế mà lặp lại quá trình ấy hết lần này đến lần khác. Ông ta có thể nói lại rằng: "Bạn có từng cầu nguyện tiếp nhận Chúa Jêsus bao giờ chưa?"

"Rồi".

"Bạn có thành thật không?"

"Tôi nghĩ là có".

"Vậy thì, những nghi ngờ hiện tại của bạn là do ma quỷ quấy rầy bạn đấy!"

Nếu người đó sống không có sự tăng trưởng thuộc linh – ngay cả trong bối cảnh của một Hội thánh – một cuộc đời miệt mài trong tội lỗi, không nghi ngờ, không sợ hãi, không thắc mắc. Chúng ta chỉ cần đổ lỗi cho việc không được môn đồ hóa trọn vẹn, rồi chúng ta cho điều này là giáo lý về "Cơ Đốc nhân xác thịt".

Khái niệm về Cơ Đốc nhân xác thịt đã hủy hoại rất nhiều cuộc đời và đẩy rất nhiều người xuống địa ngục hơn bạn có thể tưởng tượng! Cơ Đốc nhân có tranh chiến với tội lỗi không? Tất nhiên rồi. Cơ Đốc nhân có thể phạm tội không? Chắc chắn rồi. Cơ Đốc nhân suốt đời miệt mài trong tội lỗi, không kết quả, mà vẫn là Cơ Đốc nhân thật có được không? Hoàn toàn *không*, bằng không mọi lời hứa trong Cựu Ước liên quan đến lời hứa được đảm bảo trong Tân Ước sẽ thất bại, cũng như mọi điều Đức Chúa Trời đã phán về sự kỷ luật trong sách Hê-bơ-rơ đều là dối trá (Hê-bơ-rơ 12:6)! Xem trái thì biết cây (Lu-ca 6:44).

Tôi đã thấy các nhà truyền đạo hiểu rõ về những điều thuộc về

Đức Chúa Trời. Nhưng đến khi họ trình bày sứ điệp Phúc Âm, thì một lần nữa họ lại đi vào phương pháp phi Kinh Thánh này.

Để tôi kể cho bạn nghe một câu chuyện về một trong những thời điểm quý giá nhất ở trong cuộc đời của tôi với tư cách là Cơ Đốc nhân. Tôi đang giảng luận ở Canada, chỉ cách Alaska ba mươi cây số. Những con gấu xám còn nhiều hơn dân sự sinh sống ở đó nữa! Hội thánh ở đó có khoảng mười lăm hay hai mươi người. Khi tôi bước lên bục giảng, thì có một người đàn ông trạc sáu mươi hoặc bảy mươi tuổi rất to tướng bước vào. Khi tôi rao giảng, nhìn thấy khuôn mặt của ông ta, tôi đã bỏ hết mọi chi tiết đã soạn mà bắt đầu giảng Phúc Âm. Ông ta là người có dáng vẻ buồn nhất mà tôi từng thấy. Khi tôi giảng xong sứ điệp Phúc Âm, tôi đi thẳng từ bục giảng đến gặp ông ấy.

Tôi nói: "Thưa ông, có chuyện gì vậy? Có điều gì khiến ông phiền lòng vậy?"

Cả đời tôi chưa thấy một người đàn ông nào buồn bã và tuyệt vọng như vậy bao giờ. Ông rút ra một phong bì làm bằng giấy manila. Trong đó có vài hình chụp X-quang mà tôi không thể hiểu được. Nhưng ông ta nói rằng: "Tôi vừa gặp bác sĩ. Tôi sẽ chết trong vòng ba tuần nữa". Đó là những gì ông ấy nói với tôi. Ông nói: "Tôi đã sống cả đời trong một trang trại gia súc. Ông chỉ có thể đến đó bằng thủy phi cơ hoặc cưỡi ngựa băng qua các ngọn núi. Tôi chưa bao giờ đi nhà thờ. Tôi chưa bao giờ đọc Kinh Thánh. Tôi tin có Đức Chúa Trời, một lần nọ tôi nghe ai đó nói về một người tên là Jêsus. Tôi chưa từng sợ bất kỳ điều gì trong đời – còn hôm nay tôi cảm thấy rất sợ hãi.

Tôi nói: "Thưa ông, ông có hiểu sứ điệp Phúc Âm không?"

Ông nói: "Có".

Lúc này, phần lớn các nhà truyền đạo sẽ làm gì? Họ sẽ nói gì đây? "Ông có muốn mời Chúa Jêsus ngự vào lòng không?"

Còn tôi nói rằng: "Thưa ông, ông đã hiểu sứ điệp ấy chưa?"

Ông nói: "Tôi hiểu, nhưng chỉ có vậy thôi sao? Một đứa trẻ

cũng hiểu được điều đó. Chỉ có vậy thôi sao, tôi đã hiểu và tôi cầu nguyện, hay là . . . ?"

Tôi nói: "Thưa ông, ông sẽ chết trong vòng ba tuần nữa. Ngày mai, tôi sẽ đi về. Tôi sẽ hủy vé máy bay và chúng ta sẽ ngồi học Kinh Thánh, kêu cầu Chúa cho đến khi ông được cải đạo hoặc ông sẽ chết và xuống địa ngục".

Thế là, chúng tôi đã bắt đầu. Tôi đi từ Cựu Ước, rồi đến Tân Ước, mỗi câu Kinh Thánh đề cập những lời hứa của Đức Chúa Trời về sự chuộc tội và sự cứu rỗi, lặp đi lặp lại, hết lần này đến lần khác, đọc Giăng 3:16, cầu nguyện một hồi lâu, kêu cầu Chúa, chất vấn người đàn ông về sự ăn năn, đức tin, sự cứu rỗi chắc chắn – nghiên cứu cho đến khi Đấng Christ được thành hình ở trong lòng của ông.

Cuối cùng, vào buổi tối hôm đó, chúng tôi đã kiệt sức. Không có sự đột phá nào cả; không có gì xảy ra. Tôi nói rằng: "Thưa ông, chúng ta hãy cầu nguyện". Chúng tôi đã cầu nguyện.

Sau đó, tôi nói: "Thưa ông, xin đọc Giăng 3:16 một lần nữa".

Ông ấy nói: "Chúng ta đã đọc cả triệu lần rồi mà".

Tôi nói: "Tôi biết, nhưng đó là một trong những lời hứa vĩ đại nhất về sự cứu rỗi. Hãy đọc câu Kinh Thánh ấy lần nữa".

Tôi không bao giờ quên được lần này. Ông ta giữ chặt quyển Kinh Thánh của tôi bằng hai bàn tay to tướng, rồi để ở trên đùi của mình và nói rằng: "Được rồi". Khi ông ta đọc "Vì Đức Chúa Trời yêu thương thế gian đến nỗi đã ban . . ." thì ông dừng lại. Sau đó, ông ta thì thầm: "Tôi đã được cứu". Ông kêu lên: "Tôi được cứu rồi! Anh Paul ơi, mọi tội lỗi của tôi đã không còn nữa! Tôi có sự sống đời đời! Tôi đã được cứu rồi!"

Tôi hỏi: "Làm sao ông biết?"

Ông trả lời: "Anh đã đọc câu Kinh Thánh này chưa?"

Điều gì đã xảy ra vậy? Một hành động của Thánh Linh Đức Chúa Trời thay vì những mánh khóe nhỏ nhặt mà loài người cố gắng làm. Còn bạn đã làm gì! Bạn giảng luận xong và chỉ muốn đi ăn thôi sao? Không, sau giờ giảng luận là lúc công tác mới bắt đầu! Sau đó là chăm sóc những linh hồn. Mọi người tiến lên để được tâm vấn bởi những người không nên tâm vấn thì hơn. Sau năm phút, họ cầu nguyện tiếp nhận Chúa và ký tên mình vào một cái thẻ. Sau đó, nhanh chóng đưa thẻ cho mục sư, rồi mục sư nói: "Tôi muốn giới thiệu với Hội thánh một người mới tin Chúa. Hãy hoan nghênh người này vào trong gia đình của Đức Chúa Trời". Làm sao con người dám đùa giỡn với sự cứu rỗi như vậy!

Nếu bạn muốn hoan nghênh người đó, bạn cần phải nói rằng: "Tối hôm nay, người này đã tuyên xưng đức tin nơi Đức Chúa Jêsus Christ. Vì chúng ta kính sợ Đức Chúa Trời và cũng vì chúng ta yêu thương những linh hồn, chúng ta sẽ bắt đầu giúp đỡ người này biết chắc rằng Đấng Christ thực sự thành hình ở trong lòng của mình, để đảm bảo rằng người này hiểu đúng sự ăn năn và đức tin theo Kinh Thánh, có sự cứu rỗi chắc chắn và sự vui mừng ở trong Đức Thánh Linh. Đó là những gì chúng ta cần phải làm".

Hãy nhìn vào những điều chúng ta đã làm ở trong Cơ Đốc giáo hiện đại mà xem. Tôi cầu xin bạn, hãy nhìn vào những gì chúng ta đang làm mà xem. Đây không phải là một giáo phái lạ – mà đó là chúng ta đấy! Tôi đang nói đến những điều được cho là rất bình thường ở trong giới Tin Lành ngày hôm nay. Tôi nài xin bạn: hãy dừng lại. Làm ơn. Dừng lại đi!

CHƯƠNG 6
THIẾU HIỂU BIẾT VỀ BẢN CHẤT CỦA HỘI THÁNH

Phòng ta có chậm đến, thì con biết làm thể nào trong nhà Đức Chúa Trời, tức là Hội thánh của Đức Chúa Trời hằng sống, trụ và nền của lẽ thật vậy.

1 TI-MÔ-THÊ 3:15

Đức Chúa Trời chỉ có một tổ chức tôn giáo – đó là Hội thánh. Mục tiêu cuối cùng của chúng ta và sản phẩm cuối cùng của sự phục hưng trên thế giới này sẽ là mở mang nhiều Hội thánh theo Kinh Thánh. Tôi có nỗi sợ rất lớn là Hội thánh địa phương ngày nay đang bị khinh thường. Khi nói với người ta rằng bạn là một nhà truyền đạo lưu động, bạn có một mục vụ khắp thế giới, thì tất cả đều cúi đầu. Khi nói với người ta rằng bạn là mục sư của một nhóm ba mươi người, thì mọi người khiến bạn cảm thấy mình là một kẻ thất bại. Đức Chúa Jêsus Christ không phải là Vua của các nhà truyền đạo lưu động; Ngài là Vua của các mục sư.

Vài năm trước, Bill Clinton có một khẩu hiệu trong chiến dịch tranh cử tổng thống là: "Đó là nền kinh tế, đồ ngớ ngẩn!" Lúc đó, mục sư của tôi – một trong các trưởng lão của Hội thánh, mục sư giảng dạy chính – đã nói với tôi rằng: "Anh biết không, tôi muốn làm cả đống áo sơ mi".

Tôi hỏi là: "Trên áo nói gì?"

"Đó là nhà thờ, đồ ngớ ngẩn!"

Chúa Jêsus đã phó sự sống mình cho Hội thánh của Ngài, một Hội thánh xinh đẹp, trong trắng, nguyên sơ. Nếu bạn muốn cống hiến cuộc đời cho một điều nào đó, hãy cống hiến cho Hội thánh – cho một Hội thánh cụ thể, một hội chúng, một Hội thánh địa phương. Tất cả đều là Hội thánh.

Hãy hiểu điều này: không có tín đồ sót lại ở trong Hội thánh đâu. Có thể bạn đã biết về thần học còn sót lại. Đây là sự dạy dỗ xuyên suốt lịch sử của Y-sơ-ra-ên, quốc gia Y-sơ-ra-ên là tuyển dân của Đức Chúa Trời nhưng bên trong quốc gia này có những người tin Chúa thật còn sót lại. Điều này không đúng đối với Hội thánh. Không có những tín đồ sót lại hoặc một nhóm người tin Chúa sót lại ở trong một nhóm lớn hơn gọi là Hội thánh. Những tín đồ thật trong Hội thánh là những kẻ sót lại.

Nếu các mục sư đã từng suýt phạm thượng, ấy là vì điều này. Tôi nghe các nhà thần học, các truyền đạo lưu động và mục sư nói ra những điều như sau: "Ở trong Hội thánh có nhiều tội lỗi cũng như ở ngoài Hội thánh. Ở trong Hội thánh có nhiều vụ ly dị cũng như ở ngoài Hội thánh. Ở trong Hội thánh có nhiều vụ ngoại tình và phim ảnh khiêu dâm cũng như ở ngoài Hội thánh". Sau đó, các truyền đạo nói tiếp rằng: "Đúng là Hội thánh đang cư xử giống như gái điếm". Chúng ta phải cẩn thận khi gọi nàng dâu của Đức Chúa Jêsus Christ là gái điếm.

Tôi sẽ cho bạn biết, vấn đề là các mục sư và các truyền đạo không thực sự biết Hội thánh là gì. Tôi muốn bạn biết rằng Hội thánh của Đức Chúa Jêsus Christ ở Hoa Kỳ rất đẹp. Nàng mỏng manh. Nàng yếu ớt. Nàng bị vùi dập. Nàng không hoàn hảo. Nhưng tôi muốn bạn biết rằng nàng phải tan vỡ, hạ mình đi với Đức Chúa Trời của nàng. Vấn đề là chúng ta không thực sự biết Hội thánh là gì.

Ngày nay, vì thiếu sự dạy dỗ Kinh Thánh, nên nhà thờ được gọi là Hội thánh đầy dẫy những kẻ làm ác, xác thịt tự đồng hóa với Cơ Đốc giáo. Cũng vì tất cả con dê ở giữa bầy chiên, nên mấy con chiên bị đổ lỗi cho tất cả mọi điều lũ dê đang làm. Rồi, danh Đức Chúa Trời bị báng bổ giữa vòng dân ngoại vì cớ chúng ta (Rô-ma 2:24).

Chúng ta nên đọc những điều Chúa đã phán qua đầy tớ của Ngài là tiên tri Giê-rê-mi:

Đức Giê-hô-va phán: này, những ngày đến, bấy giờ ta sẽ lập một giao ước mới với nhà Y-sơ-ra-ên và với nhà Giu-đa. Giao ước này sẽ không theo giao ước mà ta đã kết với tổ phụ chúng nó trong ngày ta nắm tay dắt ra khỏi đất Ê-díp-tô, tức giao ước mà chúng nó đã phá đi, dầu rằng ta làm chồng chúng nó, Đức Giê-hô-va phán vậy. Đức Giê-hô-va phán: này là giao ước mà ta sẽ lập với nhà Y-sơ-ra-ên sau những ngày đó. Ta sẽ đặt luật pháp ta trong bụng chúng nó và chép vào lòng. Ta sẽ làm Đức Chúa Trời chúng nó, chúng nó sẽ làm dân ta. Chúng nó ai nấy sẽ chẳng dạy kẻ lân cận mình hay là anh em mình, mà rằng: Hãy nhận biết Đức Giê-hô-va! Vì chúng nó thảy đều sẽ biết ta, kẻ nhỏ cũng như kẻ lớn. Đức Giê-hô-va phán: Ta sẽ tha sự gian ác chúng nó, và chẳng nhớ tội chúng nó nữa. (Giê-rê-mi 31:31–34)

Bây giờ, tôi không muốn lấy đi bất cứ điều gì từ dân sự được gọi là Y-sơ-ra-ên, nhưng bản văn này cũng áp dụng cho Hội thánh nữa. Tôi không muốn vướng vào bất kỳ trận chiến nào về thuyết mạt thế, nhưng trong Kinh Thánh thì phân đoạn này được áp dụng cho dân sự của Đức Chúa Trời ở trong Tân Ước.

Trong Giê-rê-mi 31:32, Đức Chúa Trời phán rằng: *"Giao ước này sẽ không theo giao ước mà ta đã kết với tổ phụ chúng nó trong ngày ta nắm tay dắt ra khỏi đất Ê-díp-tô"*. Tôi nghe các truyền đạo nói hoài rằng: "Khi chúng ta nhìn thấy dân Y-sơ-ra-ên, chúng ta chỉ thấy toàn những kẻ vô thần, thờ hình tượng. Trong số đó có một dân sót lại là những người tin Chúa thật". Điều này đúng, nhưng đừng áp dụng tương tự cho Hội thánh Tân Ước, vì Đức Chúa Trời phán rằng: *"Ta sẽ lập một giao ước mới với nhà Y-sơ-ra-ên và với nhà Giu-đa. Giao ước này sẽ không theo giao ước mà ta đã kết với tổ phụ chúng nó trong ngày ta nắm tay dắt ra khỏi đất Ê-díp-tô, tức giao ước mà chúng nó đã phá đi, dầu rằng ta làm chồng chúng nó, Đức Giê-hô-va phán vậy. Đức Giê-hô-va phán: này là giao ước mà ta sẽ lập với nhà Y-sơ-ra-ên sau những ngày đó. Ta sẽ đặt luật pháp ta trong bụng chúng nó và chép vào lòng".*

Nếu bạn được cải đạo, Đức Chúa Trời không ban cho chúng ta luật pháp bằng đá đâu. Chúa đã viết luật pháp ở trong lòng của chúng ta một cách kỳ diệu, thông qua sự tái sinh. Vì Chúa đã làm xong điều này nên phán rằng: *"Ta sẽ làm Đức Chúa Trời chúng nó, chúng nó sẽ làm dân ta"* (câu 33).

Hãy xem Kinh Thánh nói rằng: *"Chúng nó ai nấy sẽ chẳng dạy kẻ lân cận mình hay là anh em mình, mà rằng: Hãy nhận biết Đức Giê-hô-va! Vì chúng nó thảy đều sẽ biết ta, kẻ nhỏ cũng như kẻ lớn. Đức Giê-hô-va phán: Ta sẽ tha sự gian ác chúng nó, và chẳng nhớ tội chúng nó nữa"* (câu 34).

Một lần nữa, đây là giáo lý và thực tế của sự tái sinh. Đức Chúa Trời vẫn đang làm việc mới trong vòng hai ngàn năm qua. Chúng ta không có nhiều Hội thánh ở Hoa Kỳ. Chúng ta có nhiều tòa nhà xây bằng gạch rất đẹp và những bãi cỏ được cắt tỉa cẩn thận! Không phải người nào nói rằng họ đi nhà thờ hoặc họ là Cơ Đốc nhân thì có nghĩa là như vậy. Hãy nhìn vào những gì Đức Chúa Trời nói: họ không cần phải dạy lẫn nhau. Điều này không có nghĩa là sẽ không có giáo sư và truyền đạo, nhưng sẽ có một sự hiểu biết vượt trội về Đức Chúa Trời ở giữa mọi người, đặc biệt là về tội lỗi đã được tha thứ của họ.

Hãy xem Giê-rê-mi 32:38–40 chép rằng:

Chúng nó sẽ làm dân ta, và ta sẽ làm Đức Chúa Trời chúng nó. Ta sẽ ban cho chúng nó một lòng một đường lối như nhau, hầu cho kính sợ ta đời đời, để chúng nó và con cháu nối sau đều được phước. Ta sẽ lập giao ước đời đời với chúng nó rằng: Ta sẽ không xây khỏi chúng nó để làm phước cho; và ta sẽ đặt sự kính sợ ta vào lòng, để chúng nó không còn lìa khỏi ta.

"Chúng nó sẽ làm dân ta, và Ta sẽ làm Đức Chúa Trời chúng nó". Đức Chúa Trời không phán rằng: "Ta hy vọng là như vậy . . . có lẽ . . . nếu Ta may mắn . . . nếu Ta có đủ các nhà truyền giáo để làm việc cùng với Ta . . . thì có lẽ công việc sẽ được thành công". Về bản chất, Chúa phán rằng: "Ta sẽ tự làm ra một dân cho chính Ta, là dân mà ta sẽ ban cho Con của Ta". Chúa phán rằng: *"Ta sẽ làm Đức Chúa Trời chúng nó, chúng nó sẽ làm dân ta"*.

Rồi Ngài phán tiếp rằng: *"Ta sẽ ban cho chúng nó một lòng một đường lối như nhau"*. Bạn có thấy sự tương phản không? Vào những năm 1970 và 1980, đã có nhiều "cuộc tuần hành vì Chúa Jêsus" và hàng ngàn người đã kêu khóc rằng: "Hội thánh quá chia rẽ. Hội thánh không hiệp một". Nhưng nếu Hội thánh không hiệp một, thì lời hứa ở trong giao ước mới này sẽ bị hủy hoại, thậm chí bị tấn công dữ dội nữa là đẳng khác. Không lẽ Đức Chúa Cha vẫn chưa nhậm lời cầu nguyện của Con Ngài sao:

Lạy Cha thánh, xin gìn giữ họ trong danh Cha, là danh Cha đã ban cho Con, để họ cũng hiệp làm một như chúng ta vậy . . . Ấy chẳng những vì họ mà Con cầu xin thôi đâu, nhưng cũng vì kẻ sẽ nghe lời họ mà tin đến Con nữa, để cho ai nấy hiệp làm một, như Cha ở trong Con, và Con ở trong Cha; lại để cho họ cũng ở trong chúng ta, đặng thế gian tin rằng chính Cha đã sai Con đến. Con đã ban cho họ sự vinh hiển mà Cha đã ban cho Con, để hiệp làm một cũng như chúng ta vẫn là một (Giăng 17:11, 20–22).

Xin thưa với bạn rằng chỉ có một Hội thánh thực sự mà thôi! Chỉ có một nàng dâu duy nhất. Bạn đã từng gặp một người lạ ở trên máy bay, hoặc là ngoài chợ bao giờ chưa? Bạn, với tư cách là người theo đạo Tin Lành chân chính, là Cơ Đốc nhân thật, nói chuyện với người này không quá vài phút và chợt nhận ra người này không hề tin Chúa. Đây là chuyện có thật. Ngay lúc ấy, bạn biết rằng mình sẽ hy sinh mạng sống cho người này nếu cần.

Có lần chúng tôi đang đi trên các ngọn núi ở Peru trong khi cuộc nội chiến xảy ra. Chúng tôi đã ngồi hai mươi hai tiếng đồng hồ ở đằng sau xe chở ngũ cốc, bên dưới một tấm bạt màu đen. Khoảng nửa đêm, chiếc xe dừng lại. Chúng tôi ra khỏi chỗ nấp và nhảy vào rừng. Chúng tôi nghỉ qua đêm ở ngay bìa rừng rồi đi đến một thị trấn nhỏ trên núi. Đến nửa đường, bạn tôi là Paco và tôi bị lạc trong bóng đêm. Chúng tôi cầu nguyện rằng: "Chúa ơi, xin cho chúng con một lối đi. Chúng con đã bị lạc. Nếu chúng con bị phát hiện, thì những tên khủng bố sẽ chiếm chỗ này. Quân đội thậm chí sẽ không tìm chúng con". Chúng tôi kêu lên: "Chúa ơi, xin chỉ đường cho chúng con. Xin giúp chúng con!"

Chúng tôi nghe thấy một tiếng chuông. Sau đó, chúng tôi nghe tiếng nói chuyện. Thoạt đầu, nghe rất kỳ lạ, chúng tôi nghĩ. Sau đó, chúng tôi thấy có một cậu bé đi lại từ cánh đồng và đang nói chuyện với con lừa của mình. Thế là chúng tôi đã đi theo cậu ta. Chúng tôi đến gần một ngôi làng nhỏ, có những túp lều và những ngôi nhà bằng gạch nung. Tôi nói: "Paco, anh có biết là nếu những tên khủng bố chiếm được chỗ này, thì chúng ta sẽ chết đấy!"

"Đúng", anh ấy trả lời, "nhưng chúng ta đã tới chỗ này rồi". Vậy, chúng tôi bước ra, đi tới gặp một người đàn ông đang say xỉn ở trong bóng tối và hỏi rằng: "Có anh em nào ở đây không?" bởi vì dân cư ở miền thượng đều biết ý nghĩa của "anh em" là một Cơ Đốc nhân thật.

Người đàn ông say rượu bảo chúng tôi rằng: "Bà già ở đằng

kia kìa!" Thế là, tôi đến gặp bà cụ người Na-xa-rét và gõ cửa. Tôi nói: "Tôi là một mục sư Tin Lành. Xin hãy giúp chúng tôi!"

Bà cụ cầm chiếc đèn lồng đi ra và kéo tôi vào trong nhà. Bà cũng kéo Paco vào nữa. Ngôi nhà của bà được đẻo ra từ một vách đá vấy bùn, bà dẫn chúng tôi xuống tầng hầm có cỏ khô và mấy con gà. Bà mời chúng tôi ngồi xuống và thắp một ngọn đèn. Sau đó, một cậu bé bước vào, bà nói với cậu ấy rằng: "Hãy đi gọi các anh em khác". Mọi người bắt đầu xuất hiện không biết từ đâu ra, đem theo mấy con gà, món yu-ca và mọi thứ khác, họ mạo hiểm tính mạng vì chúng tôi! Tại sao? Vì Hội thánh của Đấng Christ có sự hiệp một!

Chúng ta không được nói thêm mấy điều ngớ ngẩn này nữa – tức là những điều như thân thể của Đấng Christ bị chia rẽ, Hội thánh là một mớ hỗn độn và đầy dẫy tội lỗi. Tôi sẽ không nói về nàng dâu của Đấng Christ như vậy đâu nếu tôi là bạn.

Những gì Hội thánh ngày nay đang có ở trong nhà thờ là một bầy dê ở giữa mấy con chiên, cỏ lùng được gieo ra trồng giữa đám lúa mì (Ma-thi-ơ 25:31–46; 13:24–30). Bởi vì có rất ít sự kỷ luật Hội thánh bằng lòng thương xót và theo Kinh Thánh, cho nên bầy dê đang sống giữa mấy con chiên, bầy sói đang ăn thịt và tiêu diệt mấy con chiên. Còn người nào là lãnh đạo trong các Hội thánh như vậy sẽ trả giá đắt khi đứng trước Đấng yêu thương họ, vì bạn không có đủ dũng cảm để đứng lên và đương đầu với kẻ ác.

Hoàn cảnh thông thường ở Bắc Mỹ khi nhắc đến các Hội thánh nói chung đó là các Hội thánh đều đi theo nền dân chủ. Tôi không muốn nói nhiều về ưu điểm và nhược điểm của tình trạng này. Nhưng vì công tác rao giảng Phúc Âm còn quá thấp, nên phần lớn Hội thánh chỉ toàn là những kẻ sống trong xác thịt. Cũng vì Hội thánh được điều hành theo chế độ dân chủ, nên nhìn chung thì những người chưa được cải đạo đang chi phối hướng đi của Hội thánh. Bởi vì mục sư không muốn mất đi số lượng đông đảo và cũng vì ông ta có những ý tưởng sai lầm về truyền giáo và sự cải đạo thật, nên ông đã phục vụ những kẻ làm ác trong Hội thánh của mình. Vậy nên, bầy chiên thật của ông, tức là những người thực sự thuộc về Đức Chúa Jêsus Christ, đang ngồi ở giữa rạp hát, sự thế tục và phương tiện truyền thông. Họ kêu lên rằng: "Chúng tôi chỉ muốn thờ phượng Chúa Jêsus. Chúng tôi chỉ muốn ai đó dạy Kinh Thánh cho chúng tôi!" Bạn thân mến, các mục sư này sẽ phải trả giá đắt cho tình trạng tồi tệ ở trong Hội thánh của họ.

Rất nhiều mục sư cố gắng giữ lại những kẻ làm ác, trong khi bầy nhỏ của họ bị bỏ đói và buộc phải đi theo đường lối mà họ không muốn theo. Họ được tạo ra để đi cùng với những kẻ sống theo xác thịt!

Thí dụ, một đêm nọ, vợ tôi ở lại cửa hàng hơi muộn, bạn là một người đàn ông đi ngang qua và nhìn thấy một số người đàn ông đang lạm dụng cô ấy, bạn nhân danh quyền tự vệ mà cúi đầu bỏ đi. Còn tôi sẽ không chỉ đi tìm những gã đàn ông đó – mà tôi cũng sẽ tìm bạn nữa! Hội thánh là nàng dâu của Đấng Christ và là quý giá đối với Chúa. Ngài quan tâm đến nàng cũng như đến cách bạn và tôi nhìn nàng và đối xử với nàng. Bạn sẽ phải trả giá để phục vụ Chúa Jêsus là Đấng yêu Hội thánh của Ngài. Bạn phải trả giá bằng chính Hội thánh của mình, danh tiếng của mình và hệ phái của mình – rất có thể bạn phải trả giá bằng tất cả mọi thứ. Nhưng nàng dâu của Đức Chúa Jêsus Christ thật quý giá thay!

Hãy xem Đức Chúa Trời phán rằng: *"Ta sẽ ban cho chúng nó một lòng một đường lối như nhau"*. Đường lối ấy là gì vậy? Đó là Đấng Christ và sự thánh khiết của Ngài. Tất cả người tin Chúa thật mà tôi từng gặp đều nói nhiều về Đấng Christ. Họ có một khao khát muốn được thánh khiết nhiều hơn nữa, muốn được nên giống như Đấng Christ nhiều hơn nữa.

Chúa phán rõ rằng: *"Ta sẽ ban cho chúng nó một lòng một đường lối như nhau, hầu cho kính sợ ta đời đời, để chúng nó và con cháu nối sau đều được phước. Ta sẽ lập giao ước đời đời với chúng nó rằng: Ta sẽ không xây khỏi chúng nó để làm phước cho"*.

Có rất nhiều người đang bị hư mất và phạm tội, là những người vẫn đi nhà thờ vào Chúa Nhật và nghe câu này. Họ tự nhủ rằng: "Đúng, Đức Chúa Trời đã lập một giao ước đời đời với tôi. Ngài sẽ không bao giờ xây khỏi tôi – không bao giờ, không bao giờ. Tôi được an ninh ở trong ân điển của Đức Chúa Trời". Nhưng các anh chị em đang hư mất này không đọc tiếp phần hai của câu Kinh Thánh.

Đức Chúa Trời còn phán nữa rằng: *"Ta sẽ lập giao ước đời đời với chúng nó rằng: Ta sẽ không xây khỏi chúng nó để làm phước cho; và ta sẽ đặt sự kính sợ ta vào lòng, để chúng nó không còn lìa khỏi ta"*. Bằng chứng cho biết Đức Chúa Trời đã lập giao ước đời đời với bạn là Ngài đã đặt sự kính sợ Chúa ở trong lòng bạn, hầu cho bạn không lìa khỏi Ngài. Nếu bạn lìa bỏ Chúa và Ngài không kỷ luật bạn, bạn vẫn tiếp tục đi xa Ngài, thì đó là bằng chứng cho biết Ngài chưa đặt sự kính sợ Chúa ở trong lòng bạn. Đây là bằng chứng cho thấy bạn chưa được tái sinh – bạn thực sự không có giao ước nào với Đức Chúa Trời cả! Bạn thân mến, đây chính là lẽ thật Kinh Thánh.

CHƯƠNG 7
THIẾU SỰ KỶ LUẬT YÊU THƯƠNG CỦA HỘI THÁNH

Hỡi anh em, ví bằng có người nào tình cờ phạm lỗi gì, anh em là kẻ có Đức Thánh Linh, hãy lấy lòng mềm mại mà sửa họ lại; chính mình anh em lại phải giữ, e cũng bị dỗ dành chăng.

GA-LA-TI 6:1

M a-thi-ơ 18:15–17 nói thế này:

Nếu anh em ngươi phạm tội cùng ngươi, thì hãy trách người khi chỉ có ngươi với một mình người; như người nghe lời, thì ngươi được anh em lại. Ví bằng không nghe, hãy mời một hai người đi với ngươi, hầu cứ lời hai ba người làm chứng mà mọi việc được chắc chắn. Nếu người không chịu nghe các người đó, thì hãy cáo cùng Hội thánh, lại nếu người không chịu nghe Hội thánh, thì hãy coi người như kẻ ngoại và kẻ thâu thuế vậy.

Hầu hết các mục sư Tin Lành ở Hoa Kỳ ngày nay đều chia sẻ phân đoạn này mà không xem xét bối cảnh của Kinh Thánh, họ đã bỏ đi rất nhiều chi tiết. Tất nhiên, bạn không thể làm điều đó. Bạn phải chia sẻ toàn bộ Kinh Thánh, không thì đừng nói gì cả! Có rất nhiều mục sư bỏ kiến thức thần học lại ở trường sau khi đã tốt nghiệp. Họ có thần học trong lúc đối thoại và ở trong văn phòng của mình. Nhưng khi ra khỏi văn phòng, họ quản nhiệm Hội thánh bằng xác thịt.

Tôi không phải là trưởng lão trong Hội thánh của mình, vì vậy tôi có thể nói như sau mà không khoe khoang: Hội thánh của chúng tôi thực hành sự kỷ luật Hội thánh. Tôi đã từng là tín hữu của một Hội thánh có khoảng một ngàn người nhóm lại. Các mục sư ở đó ước tính rằng họ đã cứu vãn được 30 cuộc hôn nhân trong vài năm nhờ sự kỷ luật yêu thương và đầy lòng thương xót của Hội thánh – sự kỷ luật không bắt đầu bằng hình thức dứt phép thông công. Mà bắt đầu với "Hỡi những kẻ thuộc linh, hãy phục hồi".

Một số người nói rằng: "Chúng tôi không thể thực hành sự kỷ luật – chúng tôi dành cho nhau quá nhiều yêu thương". Bạn có yêu thương nhiều hơn Chúa Jêsus không? Chúa là Đấng đã truyền lịnh này!

Bạn nói: "nhưng việc này sẽ gây ra nhiều vấn đề lắm". Bạn hoàn toàn đúng! Có lẽ đó là lý do vì sao Hội thánh và thế gian ngày hôm nay không có nhiều khác biệt cho lắm – chúng ta không đương đầu xu hướng văn hóa ở xung quanh mình. Chúng ta cũng không đương đầu với nền văn hóa bằng cách ra ngoài đứng gác không cho ai vào Hollywood. Chúng ta đương đầu với văn hóa bằng cách vâng lời Đức Chúa Trời! Nô-ê đóng tàu và lên án thế gian. Bạn không cần phải có một dấu hiệu phản đối. Chỉ cần bạn bước đi trong sự vâng lời, thì thế gian sẽ ghét bạn.

"Nếu anh em ngươi phạm tội cùng ngươi, thì hãy trách người khi chỉ có ngươi với một mình người; như người nghe lời, thì ngươi được anh em lại" (Ma-thi-ơ 18:15). Thật là một điều tuyệt vời! *"Ví bằng không nghe, hãy mời một hai người đi với ngươi, hầu cứ lời hai ba người làm chứng mà mọi việc được chắc chắn"* (Ma-

thi-ơ 18:16). Bạn ơi, thêm vài người làm chứng không phải để về phe của bạn đâu. Không phải, họ có mặt để lắng nghe một cách khách quan và đưa ra phán quyết. Có thể bạn mới là người sai. Có lẽ người anh em đó không phạm tội gì cả; có thể bạn phản ứng hơi quá đáng và cứng nhắc.

"Nếu người không chịu nghe các người đó, thì hãy cáo cùng Hội thánh, lại nếu người không chịu nghe Hội thánh, thì hãy coi người như kẻ ngoại và kẻ thâu thuế vậy". Nói cách khác, hãy coi người đó như người ngoại và người thu thuế. Chúng ta cần nghe và chú ý đến điều này. Hoặc là chúng ta vâng lời Đức Chúa Trời và kỷ luật bản thân, hoặc là Đức Chúa Trời kỷ luật chúng ta. Có lẽ giờ đã đến khi điều đó sẽ xảy ra!

Tôi không nói về những người hay chỉ trích, tuân thủ luật pháp, đầy căm ghét – thế gian đã có đủ hạng người như thế rồi. Tôi đang nói về một mục sư, một nhóm trưởng lão – những lãnh đạo có đủ tình yêu thương để từ bỏ mạng sống mình vì họ biết rằng đây không phải là một trò chơi. Chúng ta không làm điều này chỉ cho đời này; mà vì cõi đời đời – tức là sự cứu rỗi linh hồn. Hãy đọc các sách cũ của những người như Spurgeon và Whitefield, những tác phẩm của phong trào Thanh Giáo và Cải Chánh. Nhiều quyển sách trong đó đề cập đến Phúc Âm – Phúc Âm là gì, giảng Phúc Âm thế nào, dẫn dắt một người đến với Đấng Christ ra sao, làm sao phân biện được sự cải đạo thật, làm thế nào để trở thành bác sĩ của linh hồn.

Trong các vấn đề như thế, rất nhiều Hội thánh đã gia nhập với Rome. Trong Hội thánh Công Giáo La Mã, em bé được làm báp-tem và được gọi là "Cơ Đốc nhân". Kể từ đó, đứa bé thuộc về Rome. Bạn sẽ không cần phải cải đạo đứa bé ấy nữa. Bạn chỉ cần tạo ra đủ thứ phương tiện thế tục để giữ chúng ở trong nhà thờ! Rất nhiều truyền đạo Tin Lành đã làm điều tương tự. Cầu nguyện ngắn với mọi người sau hai hoặc ba phút tâm vấn, sau nửa giờ giảng luận, hai mươi lăm phút chẳng có gì khác ngoài những câu chuyện hài hước. Sau đó, bạn kéo lưới lên trong năm phút cuối cùng. Nói với họ vài câu rồi tuyên bố họ đã được cứu. Sau đó, bạn dành phần còn lại của ngày hôm đó để cố gắng môn đồ hóa họ, rồi thắc mắc tại sao họ không tăng trưởng!

Tôi tin vào công tác môn đồ hóa một kèm một. Nhưng phải hiểu rằng phần lớn Hội thánh vẫn đứng vững mà không có công tác này trong hơn một ngàn năm, không có những thứ mà ngày nay chúng ta gọi là môn đồ hóa cá nhân, sách vở và những trợ giúp hiện nay. Tôi muốn bạn suy nghĩ về điều này. Công tác môn đồ hóa cá nhân đã trở nên khổng lồ vào cuối những năm 70 và còn tiếp diễn cho đến ngày hôm nay. Vấn đề là gì? Họ nói rằng: "Rất nhiều người đi ra bằng cửa sau cũng như nhiều người đi vào bằng cửa trước, lý do là vì chúng ta không hề môn đồ hóa ai cả". Không hề! Lý do chuyện này xảy ra là vì mọi người không được cải đạo. Họ tỏ ra mình là người chưa được cải đạo vì chiên của Đấng Christ nghe tiếng Ngài và đi theo Ngài (Giăng 10:3), cho dù bạn có môn đồ hóa họ hay không.

Bây giờ, chúng ta phải môn đồ hóa mọi người, nhưng đó không phải là lý do họ bỏ đi. *Chúng nó đã từ giữa chúng ta mà ra, nhưng vốn chẳng phải thuộc về chúng ta* (1 Giăng 2:19). Họ gần như không có cơ hội *thuộc về chúng ta* bởi vì họ chưa bao giờ được nghe Phúc Âm thật – chưa có ai giúp đỡ cho linh hồn của họ. Vì vậy, chúng ta dành cả gia tài để tạo ra bầy dê, hy vọng chúng sẽ trở thành bầy chiên. Bạn không thể dạy một con dê trở thành một con chiên. Một con dê chỉ trở thành một con chiên khi có công tác siêu nhiên của Thánh Linh Đức Chúa Trời toàn năng.

Tôi và gia đình tôi trung tín nhóm lại với một Hội thánh vì đó là thực hành thói quen nhóm lại với Hội thánh và cũng vì tôi cần phải tuân theo sự kỷ luật của Hội thánh. Tôi cần có sự chăm sóc thận trọng của các trưởng lão và những tín hữu khác, họ là những người thực hiện điều này một cách nghiêm túc. Nếu các con tôi tuyên xưng đức tin rồi sau đó lầm lạc, thì tôi muốn biết chúng sẽ được đưa ra trước Hội thánh, nếu cần, vì sự cứu rỗi linh hồn của chúng.

Một số bạn tỏ ra tức giận nếu một mục sư bước đến gần bạn và nói rằng: "Thành thật mà nói, tôi đã cầu nguyện cho con của bạn và tôi e rằng nó chưa được cải đạo". Bạn sẽ rất buồn bực, bạn sẽ tập hợp một nhóm tín hữu để đuổi mục sư đó đi. Nhưng thay vì thế, bạn nên nói rằng: "Ngợi khen Đức Chúa Trời, chúng ta có người của Đức Chúa Trời ở trong Hội thánh này".

CHƯƠNG 8
IM LẶNG VỀ SỰ BIỆT RIÊNG KHỎI THẾ GIAN

Chớ mang ách chung với kẻ chẳng tin. Bởi vì công bình với gian ác có hội hiệp nhau được chăng?

2 CÔ-RINH-TÔ 6:14

Ngày nay không có sự dạy dỗ nghiêm túc nào về sự thánh khiết trong đời sống. Dĩ nhiên, có một sự dạy dỗ chung về sự thánh khiết mà mọi người đều đồng ý. Họ nói rằng: "Chúng ta hãy nên thánh, chúng ta cần phải sống thánh khiết hơn nữa. Tại sao không tổ chức một hội nghị nói về sự thánh khiết?" Nhưng khi bạn hiểu điều đó có nghĩa là gì, thì mọi thứ sẽ sôi sục lên.

Trước giả sách Hê-bơ-rơ nói với chúng ta rằng: *"Hãy cầu sự bình an với mọi người, cùng tìm theo sự nên thánh, vì nếu không nên thánh thì chẳng ai được thấy Đức Chúa Trời"* (Hê-bơ-rơ 12:14). Có ai tin điều này không? Một mục sư nói rằng: "Nhưng tôi thường xuyên bị khiển trách vì chia sẻ về 'việc làm' ở trong Cơ Đốc giáo". Điều này phải quay lại với nguyên tắc tái sinh và sự thần hựu của Đức Chúa Trời. Nếu Đức Chúa Trời thực sự cải đạo một người, thì Ngài sẽ tiếp tục hành động ở trong người đó, thông qua sự dạy dỗ, chúc phước, khuyên bảo và kỷ luật. Chúa sẽ đảm bảo rằng Ngài đã khởi sự thì sẽ hoàn thành công việc đó. Ấy cũng chính là lý do trước giả nói rằng không nên thánh, *"thì chẳng ai được thấy Đức Chúa Trời"*. Tại sao? Bởi vì nếu không tăng trưởng trong sự thánh khiết, thì Đức Chúa Trời không hành động trong đời sống của bạn. Nếu Ngài không hành động trong đời sống của bạn, thì đó là lý do cho biết bạn không phải là con của Ngài!

Hãy xem xét sự khác biệt giữa Gia-cốp và Ê-sau. *"Ta yêu Gia-cốp và ghét Ê-sau"* (Rô-ma 9:13). Tuy nhiên, Đức Chúa Trời đã thực hiện tất cả lời hứa của Ngài cho cả hai người. Gia-cốp được ban phước; Ê-sau được ban phước. Đức Chúa Trời đã bày tỏ sự phán xét và cơn thịnh nộ của Ngài đối với Ê-sau và tình yêu thương của Ngài đối với Gia-cốp như thế nào? Đầu tiên, Ngài để cho cả hai sống theo sự rồ dại của riêng mình. Nhưng Ê-sau không hề có sự kỷ luật, không có sự sửa phạt của Đức Chúa Trời – không có gì cả. Đây là cơn thịnh nộ của Đức Chúa Trời đối với ông! Nhưng Chúa đã kỷ luật Gia-cốp nghiêm khắc hầu như mỗi ngày trong cuộc đời của ông. Đây là tình yêu thương của Đức Chúa Trời dành cho ông! Chính sự kỷ luật yêu thương, sự sửa phạt của Đức Chúa Trời đã dẫn ông đến với sự thánh khiết. Tất cả tín đồ thật ngày nay cũng như vậy nữa.

Hơn nữa, Chúa phán qua sứ đồ Phao-lô rằng:

> *Vậy, hỡi anh em, tôi lấy sự thương xót của Đức Chúa Trời khuyên anh em dâng thân thể mình làm của lễ sống và thánh, đẹp lòng Đức Chúa Trời, ấy là sự thờ phượng phải lẽ của anh em. Đừng làm theo đời này, nhưng hãy biến hóa bởi sự đổi mới của tâm thần mình, để thử cho biết ý muốn tốt lành, đẹp lòng và trọn vẹn của Đức Chúa Trời là thể nào. (Rô-ma 12:1–2)*

Tại sao ông nói *"dâng thân thể mình"*? Tôi nghĩ lý do là để tránh tình trạng "siêu nhân thuộc linh" của ngày hôm nay. Bạn nói rằng: "Tôi đã dâng tấm lòng cho Chúa Jêsus rồi, ông không thể đánh giá một quyển sách qua bìa sách được. Ông không thể đánh giá tấm lòng của tôi qua việc làm của tôi được". Nhưng thực tế mà nói, bạn có thể đánh giá một quyển sách qua bìa sách. Chúa Jêsus không hề phán rằng bạn không thể đánh giá tấm lòng của một người qua việc làm của người đó. Chúa phán rất cụ thể rằng bạn có thể *"xem trái thì biết cây"* (Ma-thi-ơ 12:33).

Nếu bạn nghĩ rằng mình đã dâng tấm lòng cho Đấng Christ rồi, thì Ngài sẽ có cả thân thể của bạn nữa. Tôi sẽ cho bạn biết tại sao. Bạn ơi, tấm lòng không phải là một cơ bắp bơm máu hay một sản phẩm nào đó trong trí tưởng tượng của nhà thơ. Trong Kinh Thánh, "tấm lòng" ám chỉ đến bản chất hoặc cốt lõi của một người. Đừng nói với tôi rằng Chúa Jêsus đã có bản chất và cốt lõi của bạn rồi, nhưng không ảnh hưởng gì đến toàn bộ cơ thể và cuộc sống của bạn. Mọi chuyện không xảy ra như thế đâu!

Chúng ta cần đọc Kinh Thánh không phải với thái độ luật pháp và không chỉ rút ra những suy luận, mà còn phải dựa vào những mạng lịnh rõ ràng của Kinh Thánh nữa. Mạng lịnh về điều gì? Những mạng lịnh hướng dẫn chúng ta thế nào?

Tôi không đồng ý với tất cả mọi điều các nhà Thanh Giáo nói, nhưng tôi rất yêu họ. Một trong những lý do tại sao tôi yêu họ là vì tôi tin rằng họ đã thực sự cố gắng đặt hết mọi thứ ở trong đời sống ở dưới quyền tể trị của Đức Chúa Jêsus Christ. Tất cả mọi thứ, chẳng hạn như tâm trí của họ! Họ đã viết những quyển sách dài đến tám trăm trang về những điều chúng ta nên tư tưởng theo Kinh Thánh và những điều Kinh Thánh nói chúng ta không được phép nghĩ đến. Họ đã viết về cách chúng ta nên đối đãi với đôi mắt của mình. Họ đã viết về những điều nên lọt vào tai của chúng ta và những điều không nên ghé tai vào. Họ dạy về cách cai trị cái lưỡi. Họ nói về toàn bộ hướng đi của cuộc đời và nhiều chi tiết kèm theo nữa.

Điều đó có thể làm bạn sợ, nhưng Kinh Thánh cũng nói về cách chúng ta nên ăn mặc. Tôi sẽ cẩn thận nói chỗ này và tôi không muốn suy đoán. Vợ tôi nói thế này: "Nếu quần áo là cái khung hình cho khuôn mặt để bày tỏ sự vinh hiển của Đấng Christ, thì quần áo phải thuộc về Đức Chúa Trời. Nhưng nếu quần áo là cái khung hình cho cơ thể của bạn, phơi bày xác thịt ra, thì Chúa ghét điều đó". Bản chất của Đức Chúa Trời dạy chúng ta biết đưa ra từng quyết định một cách rất chi tiết.

Mục đích của quyển sách nhỏ này không phải là đề cập mọi thứ liên quan đến sự thánh khiết của chúng ta. Chúng ta biết rằng sự thánh khiết không chỉ là biểu hiện bên ngoài. Tuy nhiên, chúng ta đã trở thành những kẻ lợi dụng công tác ở trong lòng của Đức Thánh Linh để bào chữa cho việc không cần bận tâm đến những gì xảy ra ở bên ngoài. Điều này không đúng! Một số bạn có thể đã từng kêu cầu Thánh Linh của Đức Chúa Trời đầy dẫy và hành động ở trong lòng, nhưng chỉ cần nửa giờ xem truyền hình cũng có thể làm buồn lòng Chúa đến nỗi Ngài sẽ ở cách xa bạn hàng dặm. Nếu nước có đến 99% độ tinh khiết và 1% là cáu cặn, thì tôi sẽ không uống nước đó!

Có một lần tôi gặp khó khăn, người bạn của tôi đã thuật lại điều này trong cuộc trò chuyện với Leonard Ravenhill. Khi nghe bạn tôi kể về tình hình, ông đã gửi một tờ giấy nhỏ cho tôi. Tôi vẫn còn tờ giấy đó. Tôi sẽ không bao giờ, không bao giờ lìa bỏ tờ giấy đó. Trong đó nói rằng: "Những người khác có thể; bạn không thể". Tôi có thể không đồng ý với mọi điều ghi ở trong đó, nhưng tôi biết điều này: có những nơi tôi không đặt chân đến, có những tình huống tôi không can thiệp vào, không phải vì tôi thánh khiết hơn người khác, mà vì tôi biết mình là ai!

Có thể bạn đã biết câu chuyện về một trong những nghệ sĩ vĩ cầm, đã lớn tuổi, nổi tiếng nhất châu Âu chơi buổi hòa nhạc cuối cùng của mình. Khi ông chơi xong, một chàng trai trẻ, cũng là một nghệ sĩ vĩ cầm, bước đến gần ông và nói rằng: "Thưa ông, tôi sẽ dốc hết cả đời để chơi hay bằng ông". Ông cụ đáp rằng: "Con trai, tôi đã dốc hết cả đời để không bắt chước người khác chơi".

Bạn nói rằng: "Tôi muốn có quyền năng của Đức Chúa Trời ở trên đời sống của mình". Thật không? Vậy thì, một thứ trong đời sống của bạn phải ra đi. Bạn nói rằng: "Tôi muốn biết Ngài". Vậy thì, vài thứ phải được biệt riêng khỏi thế gian này! Người ta cứ đi lại vòng quanh mấy khóa học nhỏ của họ, ôm ấp nhau và hát "Kumbaya"[1] hoặc là một điều gì đó. Có lẽ, bạn cần ở một mình trong đồng vắng với Chúa, quỳ gối kiêng ăn bảy ngày và nghiên cứu sách Thi thiên. Bạn cần ở một mình với Chúa, để thuộc riêng về Ngài. Để trở thành một người nam của Đức Chúa Trời, có lúc ngay cả vợ – là người đồng một thịt, làm một với bạn – nhìn thẳng vào mắt bạn và biết rằng cô ấy không thể đi cùng bạn vào trong chỗ riêng tư đó với Đức Chúa Trời.

Ngày hôm nay, các Hội thánh của chúng ta có một sự im lặng đối với việc tách biệt khỏi thế gian. Kinh Thánh không hề im lặng. Chúng ta cần phải trả lời. *"Chớ mang ách chung với kẻ chẳng tin. Bởi vì công bình với gian ác có hội hiệp nhau được chăng? Sự sáng với sự tối có thông đồng nhau được chăng?"* (2 Cô-rinh-tô 6:14). Không được! Sự sáng với sự tối có thông đồng nhau được chăng (câu 14)? Không được! Bóng tối đối lập với sự mặc khải của Đức Chúa Trời. Đấng Christ và ma quỷ có hoà hợp nhau được sao? (câu 15)? Không được! Người tin Chúa có phần gì với người không tin Chúa (câu 15)? Không có!

Chúa phán: *"Hãy ra khỏi giữa chúng nó"* (câu 17). Hãy đi ra từ giữa những điều đó? Hãy ra khỏi giữa sự nổi loạn, tối tăm, những công cụ của Sa-tan, cuộc đời và sự thế tục của những người không tin Chúa. Hãy ra khỏi giữa chúng nó!

CHƯƠNG 9
THAY THẾ KINH THÁNH
TRONG GIA ĐÌNH

Hãy giữ chừng, kẻo có ai lấy triết học và lời hư không, theo lời truyền khẩu của loài người, sơ học của thế gian, không theo Đấng Christ, mà bắt anh em phục chăng.

CÔ-LÔ-SE 2:8

Mối quan tâm thứ chín này rất quan trọng đối với tôi trong vai trò là một người đàn ông lớn tuổi đang có một gia đình trẻ. Tôi đã không kết hôn cho đến khi được ba mươi tuổi. Vợ tôi có một khối u não nhỏ trong tám năm đầu chung sống. Chúng tôi không thể có con, rồi sau đó Ngài đã vui lòng ban cho chúng tôi nhiều con. Ngợi khen Chúa!

Hãy nghĩ về điều này. Các buổi nhóm vào sáng Chúa Nhật của chúng ta rất đẹp. Chỉ vì có giờ thờ phượng hay, bài giảng tốt và mọi người được cảm động không phải là bằng chứng của thuộc linh thật. Tôi sẽ cho bạn biết bằng chứng thật là gì: tổ ấm, hôn nhân, gia đình. Kinh Thánh thuật lại những ngày *"không có vua nơi Y-sơ-ra-ên, mọi người cứ làm theo ý mình tưởng là phải"* (Các quan xét 17:6). Khi tôi đi nhiều nơi và gặp đủ hạng người, tôi cố gắng tìm kiếm người đàn ông tin kính, là người đã nuôi dạy những đứa con tin kính, tôi đi và bám lấy người đó. Nhưng hầu hết các trường hợp, bạn có biết tôi tìm được điều gì không? Hầu hết những người tôi nói chuyện trong Hội thánh đều muốn thảo luận về chuyện của mấy bà vợ già, vấn đề xã hội và mấy chuyện khác nữa. Đó là mọi người làm theo ý mình tưởng là phải, họ không thể cho cho tôi biết một câu Kinh Thánh để bảo vệ quan điểm của mình. Nhưng thỉnh thoảng tôi tìm được một người đàn ông và một người phụ nữ hết lòng trong việc nuôi nấng gia đình của họ theo Kinh Thánh. Sự khác biệt là rất lớn!

Khi tôi ngồi trên máy bay, người ta ngồi xuống bên cạnh và hỏi: "Ông làm nghề gì?"

Tôi đáp: "Tôi làm chồng".

Họ hỏi: "Ông còn làm gì nữa không?"

"Tôi làm bố".

"Ông còn làm gì nữa không?"

"Nếu tôi còn thời gian, thì tôi sẽ đi giảng lai rai".

Chuyện gì sẽ xảy ra nếu một người đàn ông chinh phục cả thế giới và đánh mất gia đình của mình? Để tôi nói với bạn thế này: Bạn nuôi con và yêu vợ dựa vào cơ sở nào? Gia đình bạn dựa vào đâu để tăng trưởng? Nếu bạn không thể đi sâu vào Kinh Thánh và cho tôi biết gia đình của bạn được xây dựng ở trên Lời đó như thế nào, thì tôi gần như có thể đảm bảo rằng bạn là tù nhân của tâm lý học, xã hội học cũng như các ý tưởng bất chợt và dối trá của thời đại này. Bạn thấy đấy, bạn không có quyền làm theo tất cả những điều này. Bạn không có thẩm quyền nào khác ngoài Lời của Đức Chúa Trời.

Hãy xem Sáng thế ký 18:19. Đức Chúa Trời phán về Áp-ra-ham rằng: *"Ta đã chọn người đặng người khiến dạy các con cùng nội nhà người giữ theo đạo Đức Giê-hô-va, làm các điều công bình và ngay thẳng; thế thì, Đức Giê-hô-va sẽ làm cho ứng nghiệm lời Ngài đã hứa cùng Áp-ra-ham"*. Thật là tuyệt vời!

Hoặc là sứ đồ Phao-lô nói rằng: *"Vậy, hỡi anh em, tôi lấy sự* thương xót của Đức Chúa Trời khuyên anh em dâng thân thể mình làm của lễ sống và thánh, đẹp lòng Đức Chúa Trời, ấy là sự thờ phượng phải lẽ của anh em. Đừng làm theo đời này, nhưng hãy biến hóa bởi sự đổi mới của tâm thần mình, để thử cho biết ý muốn tốt lành, đẹp lòng và trọn vẹn của Đức Chúa Trời là thể nào" (Rô-ma 12:1-2). Câu thứ hai cho chúng ta biết ý muốn của Đức Chúa Trời là trọn vẹn. Nếu với tư cách là người đàn ông của Đức Chúa Trời, bạn nảy ra ý tưởng: "Tôi phải hy sinh gia đình của mình để làm chức vụ", thì tôi sẽ nói rằng bạn đang nói dối. Bạn đang hy sinh gia đình của mình vì vương quốc nhỏ mà bạn đang cố gắng xây dựng. Tôi có thể nói điều đó bởi vì ý muốn của Đức Chúa Trời là trọn vẹn. Có nghĩa là tôi không cần phải làm trái ý muốn của Chúa về gia đình để hoàn thành ý muốn của Chúa cho chức vụ. Đức Chúa Trời không cần bạn! Tuy nhiên, Chúa đòi hỏi bạn phải vâng lời.

Có người từng hỏi rằng: tôi có chống đối công tác truyền bá Phúc Âm không. Tôi trả lời rằng: "Có và không. Tôi không chống đối công tác truyền bá Phúc Âm theo Kinh Thánh, nhưng tôi chống lại cách chúng ta đang làm điều đó". Tương tự như vậy, một người nào đó có thể hỏi rằng: "Ông có phản đối trường Chúa Nhật và các ban thanh niên không?" Một lần nữa, câu trả lời của tôi sẽ là có và không.

Tôi muốn đưa ra cho bạn thấy hai thí dụ để giải thích điều tôi muốn nói. Đối với vài người thì điều này không đủ thuyết phục, còn đối với vài người khác thì tôi đã nói quá đáng. Tuy nhiên, tôi muốn dùng hai thí dụ này để chỉ ra vấn đề bất ổn của chúng ta.

Đối với trường Chúa Nhật, cho dù bạn thuộc hệ phái nào đi nữa, nếu đó là một hệ phái lớn được tổ chức theo một khuôn khổ nào đó, thì tôi có thể đảm bảo rằng hệ phái của bạn đã chi một số tiền lớn cho tài liệu của trường Chúa Nhật, cho việc huấn luyện giáo viên trường Chúa Nhật và mọi thứ ở trong sách để quảng bá trường Chúa Nhật.

Vậy, hãy để tôi hỏi bạn, hệ phái của bạn phải chi hết bao nhiêu tiền, đầu tư bao nhiêu hội nghị và thời gian, để dạy cho những người làm cha biết dạy con cái của họ? Đức Chúa Trời không có kế hoạch B. Ngài chỉ có một kế hoạch A. Khi bạn làm hỏng kế hoạch A, thì bạn phát hiện ra kế hoạch B sẽ không hiệu quả!

Bây giờ, tôi không nói rằng con cái không thể tập hợp thành một nhóm và học giáo lý hoặc là để dạy dỗ, nhưng nếu điều này bắt đầu thay thế vai trò làm cha ở trong nhà, thì bạn phải chấn chỉnh điều này ngay lập tức!

Bạn có thấy điều tôi đang nói không? Hãy xem thử thí dụ rất nhỏ này: trường Chúa Nhật có hết mọi thứ. Nhưng rất ít hội nghị ở trong nước dạy đàn ông biết cách dạy con cái của họ. Hầu hết thời gian ở trong trường Chúa Nhật chẳng có gì khác ngoài giải trí, bởi vì giáo viên trường Chúa Nhật không có thẩm quyền để kỷ luật con cái của bạn một cách chính đáng. Ngay cả khi làm được đi nữa, thì hầu hết sẽ không làm bởi vì họ đâu có tin vào điều đó.

Bây giờ hãy xem thử một ban thanh niên. Có người nói: "Thanh niên cần có môi trường dành cho thanh niên. Bọn trẻ cần sinh hoạt với nhau". Thật không? Kinh Thánh nói gì? *"Ai giao tiếp với người khôn ngoan, trở nên khôn ngoan; nhưng kẻ làm bạn với bọn điên dại sẽ bị tàn hại"* (Châm ngôn 13:20). Các bạn trẻ cần ở với người lớn để họ không cư xử như mấy kẻ điên dại, hãy hòa nhập với người lớn và loại bỏ những điều dại dột dẫn đến sự chết của họ. Tôi không nói rằng bạn không được cho thanh niên sinh hoạt với nhau, nhưng tôi khuyên rằng nếu bạn có làm điều đó, thì đừng loại bỏ cha mẹ ra khỏi bức tranh!

Bạn nói rằng: "Còn thanh niên đang hư mất đi nhà thờ của chúng ta thì sao?" Tôi hỏi rằng: "Bây giờ, họ đang thấy gì?" Những thanh niên đang hư mất này đến nhóm lại với thanh niên Cơ Đốc ở trong Hội thánh và chỉ thấy hầu hết những điều họ đã thấy ở nhà của họ – không có cha mẹ và trẻ con dạy trẻ con. Hoặc là đứa lớn tuổi hơn dạy con cái của những người khác. Nhưng chuyện gì sẽ xảy ra nếu một thanh niên đang hư mất đi nhà thờ của bạn và nhìn thấy thiếu nhi lẫn thanh niên có tình yêu thương, có mối liên hệ tuyệt vời với cha mẹ của chúng? Họ sẽ nói rằng: "Tôi chưa từng thấy điều gì như thế cả. Nhìn ông bố kia kìa. Ông ta yêu con trai mình quá! Còn đứa con trai cũng yêu bố nữa! Tình yêu thương ở đây thật kỳ lạ. Có phải Cơ Đốc giáo *ngày hôm nay* cũng vậy không?"

Hoàn cảnh của chúng ta ở trong Hội thánh rất thiếu thốn, nhưng chúng ta dường như không thấy vậy. Tình trạng này giống như một người đàn ông đến gặp tôi với cái trán bị chảy máu, anh ta nói rằng: "Tôi đã đi khắp nơi. Không ai chẩn đoán được căn bệnh của tôi". Còn tôi nói rằng: "Tôi không phải là bác sĩ, nhưng tôi sẽ theo anh khắp nơi trong 24 giờ để xem chúng ta có tìm ra căn bệnh không". Tôi thấy đến đúng giờ, thì anh ta lại tự lấy một viên gạch đập vào đầu mình. Nếu đồng hồ chỉ một giờ, anh ta sẽ tự đánh mình một lần. Nếu đồng hồ chỉ hai giờ, anh ta đánh mình hai lần. Nếu đồng hồ chỉ mười hai giờ, anh ta sẽ tự lấy gạch đập vào đầu mình mười hai lần. Sau khi quan sát thận trọng và cẩn thận, ghi chép lại trong 24 giờ, tôi đến gặp anh ta và nói rằng: "Anh biết tôi không phải là bác sĩ, nhưng tôi nghĩ là đã tìm ra căn bệnh của anh rồi".

Chúng ta thảm hại đến như vậy đấy! Tại sao con cái làm theo những gì chúng ta làm? Tại sao mọi thứ lại bị đảo lộn như vậy? Giống như một thánh đồ yêu dấu không cho phép đứa con trai tuổi thiếu niên của mình hẹn hò với một cô gái trẻ ở một nơi riêng tư nào đó. Có người hỏi ông rằng: "Ông không tin con trai mình sao?" Ông nói: "Không, tôi không tin con trai của mình. Anh nghĩ sao vậy? Tôi thậm chí còn không tin cha của nó nữa mà! Tôi sẽ không để cha của nó ở riêng với một người phụ nữ không phải là vợ của ông ta, nhưng tôi có nhiều thứ để đánh mất vì sự không đứng đắn còn hơn con trai của tôi nữa. Tôi có khả năng kiểm soát ý chí của mình hơn một đứa thiếu niên đang phát triển. Vậy thì điều gì khiến bạn nghĩ rằng tôi sẽ tin tưởng con trai mình trong tình huống đó?

Chúng ta vi phạm hết nguyên tắc này đến nguyên tắc khác

trong Kinh Thánh, sau đó chúng ta tự hỏi tại sao mọi thứ lại trở nên lộn xộn như vậy.

CHƯƠNG 10
CÁC MỤC SƯ THIẾU LỜI CỦA ĐỨC CHÚA TRỜI

Hãy chuyên tâm cho được đẹp lòng Đức Chúa Trời như người làm công không chỗ trách được, lấy lòng ngay thẳng giảng dạy lời của lẽ thật.

2 TI-MÔ-THÊ 2:15

Vài tháng trước, tôi có nghe tất cả sự khủng khiếp đang xảy ra với đất nước của chúng ta. (Tôi không biết bạn sẽ gọi là gì nữa – một nước cộng hòa, một nền dân chủ, một nhà nước xã hội chủ nghĩa?). Tôi cảm thấy rất nặng nề khi ngồi lắng nghe. Tôi tự nhủ rằng: "Chúa ơi, con có thể làm gì đây? Lạy Chúa, con thành thật muốn nói rằng con sẽ nhảy vào giữa đống lửa bằng những gì mình đang có. Nếu có một con tê giác đang lao tới, con sẽ lao tới trước mặt nó. Chỉ cần cho con biết phải làm gì! Chúa có muốn con đến Washington và đứng trước Nhà Trắng giảng đạo cho đến khi họ tống con vào tù không? Con mệt mỏi với việc rao giảng cho Cơ Đốc nhân, Hội thánh và các hội nghị lắm rồi! Chúa ơi, đất nước đang xuống địa ngục! Chúa muốn con làm gì? Hãy ném con ra trước mặt họ".

Bây giờ, hãy xem xét 1 Ti-mô-thê 4:1–16 chép rằng:

Vả, Đức Thánh Linh phán tỏ tường rằng, trong đời sau rốt, có mấy kẻ sẽ bội đạo mà theo các thần lừa dối, và đạo lý của quỉ dữ, bị lầm lạc bởi sự giả hình của giáo sư dối, là kẻ có lương tâm đã lì, họ sẽ cấm cưới gả, và biểu kiêng các thức ăn Đức Chúa Trời đã dựng nên cho kẻ có lòng tin và biết lẽ thật, tạ ơn mà dùng lấy. Vả, mọi vật Đức Chúa Trời đã dựng nên đều là tốt lành cả, không một vật chi đáng bỏ, miễn là mình cảm ơn mà ăn lấy thì được; vì nhờ lời Đức Chúa Trời và lời cầu nguyện mà vật đó được nên thánh.

Con giải tỏ các việc đó cho anh em, thì con sẽ nên kẻ giúp việc ngay lành của Đức Chúa Jêsus Christ, được nuôi bởi các lời của đức tin và đạo lý lành mà con đã theo. Những lời hư ngụy phàm tục giống như chuyện bịa các bà già, thì hãy bỏ đi, và tập tành sự tin kính. Vì sự tập tành thân thể ích lợi chẳng bao lăm, còn như sự tin kính là ích cho mọi việc, vì có lời hứa về đời này và về đời sau nữa. Ấy đó là một lời nói chắc chắn, đáng đem lòng tin trọn vẹn mà nhận lấy. Vả, nếu chúng ta khó nhọc và đánh trận, ấy là đã để sự trông cậy ta trong Đức Chúa Trời hằng sống, Ngài là Cứu Chúa của mọi người, mà nhứt là của tín đồ.

Kìa là điều con phải rao truyền và dạy dỗ. Chớ để người ta khinh con vì trẻ tuổi; nhưng phải lấy lời nói, nết làm, sự yêu thương, đức tin và sự tinh sạch mà làm gương cho các tín đồ. Hãy chăm chỉ đọc sách, khuyên bảo, dạy dỗ, cho đến chừng ta đến. Đừng bỏ quên ơn ban trong lòng con, là ơn bởi lời tiên tri, nhân hội trưởng lão đặt tay mà đã ban cho con vậy. Hãy săn sóc chuyên lo những việc đó, hầu cho thiên hạ thấy sự tấn tới của con. Hãy giữ chính mình con và sự dạy dỗ của con; phải bền đỗ trong mọi sự đó, vì làm như vậy thì con và kẻ nghe con sẽ được cứu.

Câu đầu tiên nói rằng: *"Và, Đức Thánh Linh phán tỏ tường rằng, trong đời sau rốt, có mấy kẻ sẽ bội đạo mà theo các thần lừa dối, và đạo lý của quỉ dữ".* Sứ đồ Phao-lô tiếp tục nói với chàng trai trẻ Ti-mô-thê rằng, cơ bản mà nói thì mọi sự hủy diệt sẽ tràn lan trong văn hóa, mọi thứ sẽ trở nên điên loạn, con người cư xử như thú vật! Conrad Mbewe[1] đã nói rằng: "Ở châu Phi, chúng tôi không còn sợ thú dữ nữa. Chúng tôi không chạy trốn mấy con thú nữa. Nhưng chúng tôi sợ con người và chạy trốn con người". Tất nhiên, ông đang nói về những tác động của sự trụy lạc xảy ra triệt để ở trong nhân loại. Sứ đồ Phao-lô nói với chúng ta rằng: "Ti-mô-thê ơi, thế giới đang tan vỡ".

Ông còn nói gì nữa? *"Con giải tỏ các việc đó cho anh em, thì con sẽ nên kẻ giúp việc ngay lành của Đức Chúa Jêsus Christ, được nuôi bởi các lời của đức tin và đạo lý lành mà con đã theo"* (câu 6). Đúng là thế giới đã mất trí! Đức Chúa Trời đang phán với chúng ta rằng: "Tất cả đều ở dưới sự thần hựu của ta, nhưng hãy nghe ta! Đây là phản ứng mà các ngươi phải làm trong khi tội lỗi lan tràn khắp nơi ở giữa sự bội đạo, ở giữa sự bắt bớ. Đây là điều các ngươi cần phải làm: hãy liên tục *"được nuôi bởi các lời của đức tin".*

Thay vì thế, chúng ta luôn muốn chạy ra để làm điều gì đó. Chúng ta muốn giải quyết vấn đề. Nhưng Đức Chúa Trời đang tìm kiếm những người có phẩm chất, mang lưỡi gươm bóng loáng. Trước hết, hãy thường xuyên *"được nuôi bởi các lời của đức tin và đạo lý lành mà con đã theo".* Câu *"mà con đã theo"* này rất quan trọng. Có nghĩa là "những điều mà con vẫn đang tin theo". Tôi nghĩ điều này cho chúng ta biết rằng chỉ có kiến thức Kinh Thánh không thôi sẽ không đạt được mục tiêu mà Đức Chúa Trời dành cho dân sự của Ngài. Dân sự của Đức Chúa Trời phải biết làm theo Lời Chúa nữa. Họ phải bắt đầu tin theo Lời Chúa. Bạn không thể học tốt giáo lý cho đến khi bạn tuân theo giáo lý mà mình đã học!

Tiếp theo, sứ đồ Phao-lô kêu gọi rằng: *"Những lời hư ngụy phàm tục giống như chuyện bịa các bà già, thì hãy bỏ đi"* (câu 7). Tất cả những điều mới nổi lên ở trong Hội thánh ngày nay, phần lớn là những điều để phát triển Hội thánh, tất cả sự nhạy bén về văn hóa đã vứt bỏ sự nhạy bén về Kinh Thánh ra ngoài cửa sổ – đó chỉ là một đám con trai chơi trò đi nhà thờ mà không có quyền năng của Đức Chúa Trời ở trong đời sống của chúng. Đó là Đa-vít đang cố gắng mặc vừa áo giáp của Sau-lơ. Hãy bỏ đi! Hễ bạn càng tin vào xác thịt, bạn càng ít thấy quyền năng của Đức Chúa Trời.

Sứ đồ Phao-lô còn nói rằng: *"tập tành sự tin kính"* (câu 7); nghĩa là, kỷ luật bản thân vì mục đích tin kính. Hỡi người đàn ông của Đức Chúa Trời, bạn muốn có sự phấn hưng không? Tôi cũng vậy. Tuy nhiên, chúng ta cần một đạo quân. Nếu gậy gộc, gươm giáo và vũ khí mạnh bạo, nóng rực bị thiên đàng loại bỏ khỏi cuộc chiến, thì chúng ta phải là những người đàn ông có đủ phẩm chất mà sử dụng chúng để chiến đấu bằng phẩm chất tốt. Chúng ta nên kỷ luật bản thân vì mục đích tin kính.

Hãy kỷ luật bản thân để cầu nguyện. Hãy kỷ luật bản thân để đọc Kinh Thánh có hệ thống từ Sáng thế ký đến Khải huyền. Hãy kỷ luật bản thân trong lời nói. Hãy kỷ luật bản thân trong công ty. Hãy kỷ luật bản thân khi đi ngủ và khi thức dậy. Đây là một cuộc chiến. Hãy kỷ luật bản thân!

Nếu bạn là một người nam trẻ tuổi, dưới ba mươi, thậm chí dưới bốn mươi, trừ khi bạn là một ngoại lệ nào đó, thì có lẽ bạn thiếu kỷ luật bởi vì bạn không thường xuyên phải lao động. Bạn chưa bao giờ làm việc để kiếm đồ ăn. Cha của bạn có lẽ chưa bao giờ yêu cầu bạn làm việc chăm chỉ đến mức xương cốt cũng phải kêu la. Những người đã hoàn thành nhiều việc và được Đức Chúa Trời sử dụng đều là những người lao nhọc trong chức vụ. Mục vụ hiệu quả đều có sự khó khăn. Bạn phải trả giá bằng mọi thứ! Đến khi bạn già cả, bạn sẽ yếu sức – nhưng lại được mạnh mẽ trong những điều thuộc về Đức Chúa Trời!

"*. . . tập tành sự tin kính. Vì sự tập tành thân thể ích lợi chẳng bao lăm, còn như sự tin kính là ích cho mọi việc, vì có lời hứa về đời này và về đời sau nữa*" (câu 7–8). Ai thèm quan tâm đến "cuộc sống tốt nhất của bạn bây giờ"? Điều cần phải quan tâm là cõi đời đời! Một ngày nào đó, bạn sẽ đứng trong những sảnh đường bằng đá hoa cương trước mặt Chúa vinh hiển, các vua và những kẻ vĩ đại nhất trên đất sẽ bị chia rẽ, tan vỡ và loại bỏ. Có người sẽ bị ném vào hỏa ngục đời đời và có người sẽ được mời vào miền vinh hiển để sống đời đời. Các vận động viên Olympic này thật là oai phong làm sao – nhưng chỉ trong chốc lát mà thôi. Họ bắt đầu tập luyện từ lúc bốn tuổi và năm tuổi. Họ không hề làm gì khác ngoài việc luyện tập cho đến khi hai mươi hai tuổi. Họ chạy một cuộc đua chỉ mất chín giây để giành lấy huy chương để treo lên tường, thế là hết! Khoảnh khắc vinh quang của họ sẽ trôi qua, tất cả lý tưởng sống của họ đã kết thúc! Bạn không thể nỗ lực vì cõi đời đời giống như vậy sao?

Một vài người giỏi nhất của Đức Chúa Trời có sự giới hạn về mặt thể chất. Về mặt khả năng, họ bị hạn chế đến mức phải tập trung vào một việc mà thôi. Họ đã dâng mình hầu việc Chúa. "*Vì sự tập tành thân thể ích lợi chẳng bao lăm . . . Ấy đó là một lời nói chắc chắn, đáng đem lòng tin trọn vẹn mà nhận lấy. Và, nếu chúng ta khó nhọc và đánh trận, ấy là đã để sự trông cậy ta trong Đức Chúa Trời hằng sống*" (câu 8, 9–10). Đây không phải là một cuộc tử vì đạo nào đó mà chúng ta hy sinh mạng sống của mình một cách vô ích, để rồi chết đi mà thiếu lòng trông cậy. Không phải! Chúng ta đang hầu việc Đức Chúa Trời, chính Chúa sẽ cho chúng ta được tôn trọng. Chúng ta trông cậy vào Chúa, còn Ngài ban sức lực cho chúng ta!

Đời là hơi nước. Khi tôi rao giảng sứ điệp này lần đầu tiên, tôi đã bốn mươi bảy tuổi, nhưng tôi cảm thấy như mình chỉ mới hai mươi mốt tuổi vậy. Cuộc đời tôi đâu rồi? Đời là hơi nước! Trong khi bạn còn khỏe, hãy rao giảng! Tôi ngợi khen Chúa và sự thần hựu của Ngài, vì khi còn trẻ, tôi đã sống ở dãy núi Andes và trong rừng rậm ở Peru, làm những điều mà tôi không đủ sức để làm.

Khi còn trẻ, khi còn sức khỏe, hãy làm việc hết sức mình. Hãy quăng xa mấy trò chơi điện tử ngu ngốc của bạn đi và nghiền nát chúng dưới chân bạn. Hãy ném ti-vi ra ngoài cửa sổ. Bạn được tạo ra để thực hiện những việc lớn hơn như thế. Nếu bạn là con của Đức Vua, không gì trên đất này có thể làm bạn thỏa mãn – không gì cả! *"Kìa là điều con phải rao truyền và dạy dỗ"* (câu 11).

Còn quá nhiều điều cần phải nói trong phân đoạn này, nhưng hãy xem xét câu 15 chép rằng: *"Hãy săn sóc chuyên lo những việc đó, hầu cho thiên hạ thấy sự tấn tới của con"*. Giả sử như con tôi làm đổ ly nước trên bàn gỗ. Theo quy luật mà Đức Chúa Trời đã sắp đặt trong tự nhiên, nước dồn lại trên mặt bàn, nhiều đến mức có thể ví như là một cái hồ. Bạn đi ngang qua và nói rằng: "Có nước đổ ra trên bàn". Mọi người đều nhìn thấy. Nhưng đến lượt tôi đi ngang qua, lấy khăn để lau đi. Bạn nói rằng: "Không có nước ở trên bàn nữa". Nó đâu rồi? Nó được hấp thụ vào cái khăn. Hỡi người đàn ông, bạn phải suy gẫm và tiếp thu sự tin kính và phẩm chất mà Kinh Thánh dạy. Thưa mục sư, tôi nài xin bạn: bạn không còn là những cậu bé chạy việc vặt nữa! Bạn không được dành cả ngày để phục vụ cho những ý thích bất chợt của những kẻ xác thịt trong Hội thánh. Hãy dấn thân vào sự nghiên cứu. Hãy ở trong sự nhận biết về Đức Chúa Trời đến nỗi người ta nói rằng: "Anh ta đâu rồi? Anh ấy từng là người như vậy trong vùng, một người bạn của mọi người, một người dễ mến. Anh ta đâu rồi?" Anh ấy đang đắm chìm trong những điều này!

Chúng ta là người của Đức Chúa Trời. Chúng ta là những kẻ hầu việc Đấng Chí Cao. Chúng ta phải có "sự khác thường". Chúng ta phải có một cái nhìn xa xăm về phía một ngôi sao xa xôi. Điều lớn nhất chúng ta có thể làm cho dân mình là trở thành người của Chúa, say mê những điều thuộc về Chúa, để khi chúng ta mở miệng thì Lời Chúa tuôn ra.

Các mục sư rao giảng thường xuyên trong các Hội thánh mà tôi đã nhóm lại đều là những người hết mình trong sự học hỏi. Trong một Hội thánh mà tôi đã từng nhóm lại, tôi đã nói chuyện với những lãnh đạo khác về vị mục sư đang rao giảng Lời Chúa thường xuyên rằng: "Xin hãy làm điều này. Hãy san sẻ bớt gánh nặng của ông ấy càng nhiều càng tốt để ông tiếp tục ở trong sự nghiên cứu Lời Chúa, vì tôi có con cái nhóm lại ở đây. Món quà lớn nhất mà con người có thể tặng cho tôi là học tập để chứng tỏ bản thân có đủ phẩm chất, bước lên bục giảng ở trong quyền năng của Đức Thánh Linh và tuyên bố rằng: *Đức Giê-hô-va phán"*, quở trách và sửa trị, đưa ra những lời hứa vĩ đại và lời cảnh báo quan trọng. Xin hãy làm điều đó cho tôi".

Thưa mục sư, xin hãy làm điều đó cho hội chúng của mình, bởi vì Đức Chúa Trời phán rằng: *"Hãy giữ chính mình con và sự dạy dỗ của con; phải bền đỗ trong mọi sự đó, vì làm như vậy thì con và kẻ nghe con sẽ được cứu"* (1 Ti-mô-thê 4:16). Câu này hầu như không có ý nghĩa gì trong giới Tin Lành ngày nay. Bạn nghĩ có bao nhiêu mục sư và nhà truyền đạo coi trọng điều này? Có bao nhiêu người tự nhủ rằng: *"Hãy giữ chính mình con và sự dạy dỗ của con; phải bền đỗ trong mọi sự đó, vì làm như vậy thì con và kẻ nghe con sẽ được cứu"*?

Tôi có một câu hỏi dành cho bạn nếu bạn là mục sư. Lần cuối cùng bạn tra xét lại đời sống của mình để thử cho biết mình có ở trong đức tin không, để thử cho biết mình có thực sự biết Chúa không là khi nào? Tôi tin chắc rằng khi nghiên cứu về sự cải đạo của chính mình, khi tôi thảo luận về sự cải đạo với người khác, khi tôi nhìn lại 25 năm của mình đã tin theo Đấng Christ. Tôi chắc rằng mình đã biết Ngài. Nhưng ngay cả bây giờ, nếu tôi từ bỏ niềm tin, quay lưng và tiếp tục làm như vậy – rơi vào dị giáo, sống theo thế gian – thì đó là bằng chứng lớn nhất cho thấy tôi chưa bao giờ biết Ngài, hết thảy mọi sự đều là việc làm của xác thịt.

Tôi biết những điều mình đã nói sẽ khiến nhiều người bị sốc. Có thể bạn nghĩ rằng: "Tôi chưa bao giờ nghe ai nói như vậy cả", nhưng đây là lẽ thật đời đời ở trong Kinh Thánh mà bạn cần phải nghe. Hãy đọc *Thiên lộ Lịch trình*[2] mà xem. *"Hãy giữ chính mình con và sự dạy dỗ của con; phải bền đỗ trong mọi sự đó, vì làm như vậy thì con và kẻ nghe con sẽ được cứu".*

Xin Chúa ban phước cho Hội thánh của Ngài!

GHI CHÚ

GIỚI THIỆU

1. Nội dung trong sách này ban đầu là một bài giảng vào một buổi nhất định. Bài giảng đã được Đức Thánh Linh chúc phước một cách rõ ràng trong đời sống của nhiều người trên khắp thế giới, dẫn đến sự cải đạo thực sự và sự trở lại của nhiều người phạm tội trước mặt Đức Chúa Trời. Quyển sách này không đơn thuần là bản ghi âm của bài giảng đó. Hầu hết những thay đổi là để biến lối văn thuyết pháp thành văn chương dễ đọc. Tất cả các sửa đổi đã được thực hiện với mục đích chính là giữ nguyên ý nghĩa của người giảng, ý định thuộc linh trong bài giảng và trên hết là Lời của Đức Chúa Trời được rao giảng.

2. Martin Luther (1483–1546) là nhà thần học người Đức, giáo sư đại học và nhà cải chánh Hội thánh.

3. Luther đã đóng 95 luận đề phản đối giáo lý và sự thực hành của Hội thánh Công Giáo La Mã lên cửa Nhà thờ Castle ở Wittenberg, Đức, vào ngày 31 tháng 10 năm 1517. Đây là một trong những sự kiện lớn dẫn đến Phong trào Cải Chánh Tin Lành.

4. Charles H. Spurgeon (1834–1892) là một mục sư Báp-tít người Anh có ảnh hưởng, ông đã rao giảng hàng tuần cho sáu nghìn người tại Đại thánh đường Metropolitan ở Luân Đôn. Các bài giảng của ông được thu thập thành sáu mươi ba tập.

5. George Whitefield (1714–1770) là nhà truyền giáo nổi tiếng nhất của thế kỷ thứ mười tám và là nhà truyền đạo lưu động mà Đức Chúa Trời đã sử dụng rất nhiều ở Anh và các thuộc địa của Mỹ trong Thời kỳ Đại Tỉnh thức.

6. Leonard Ravenhill (1907–1994) là một nhà truyền đạo và tác giả Cơ Đốc người Anh, ông tập trung vào các đề tài cầu nguyện và phục hưng. Ông thách thức Hội thánh hiện đại bắt chước tấm gương của Hội thánh vào thế kỷ thứ nhất trong sách Công-vụ Các sứ đồ.

7. David Martyn Lloyd-Jones (1899–1981) là một nhà truyền đạo nổi tiếng ở xứ Wales. Sau khi nghiên cứu y học thành công, ông đang theo đuổi cuộc sống của một bác sĩ thì được Chúa kêu gọi để rao giảng Phúc Âm. Ông được biết là người giảng giải kinh tôn cao Đấng Christ.

8. Aiden Wilson Tozer (1897–1963) là mục sư, truyền đạo và tác giả của Hội Truyền giáo Cơ Đốc Hoa Kỳ. Ông là người có lòng mộ đạo và tinh

thần cầu nguyện cá nhân sâu sắc, ông thường thách thức Hội thánh hiện đại về sự ăn năn, sự nông cạn và sự thỏa hiệp với thế gian.

9. John Wesley (1703–1791) là mục sư và nhà thần học của Anh giáo. Ông được ghi nhận phần lớn, cùng với anh trai Charles, với công tác thành lập phong trào Giám lý Anh, đã bắt đầu từ khi ông truyền giảng ngoài trời giống như George Whitefield đã làm.

10. Chẳng hạn như Đại Tỉnh thức Wales năm 1904–1905, bắt đầu dưới sự lãnh đạo của Evan Roberts (1878–1951), một cựu thợ mỏ than 26 tuổi và là bộ trưởng tập sự. Cuộc phấn hưng kéo dài chưa đầy một năm, nhưng trong khoảng thời gian đó, một trăm nghìn người đã cải đạo và nhiều Hội thánh đã trở lại với đức tin trong Kinh Thánh.

11. Tôi đề cập đến việc truyền bá Phúc Âm ở vùng cận Sahara của châu Phi bắt đầu từ thời kỳ thuộc địa của những năm 1800 mà vẫn còn tiếp tục cho đến ngày nay thông qua các cơ quan truyền giáo hải ngoại và các Hội thánh bản địa.

3. KHÔNG THỂ CHỈ RA CĂN BỆNH CỦA LOÀI NGƯỜI

1. Jonathan Edwards (1703–1758) là một nhà truyền đạo và nhà thần học về truyền giáo người Mỹ. Ông được nhiều người biết đến với những bài giảng trong cuộc Đại Tỉnh Thức, cùng với George Whitefield.

4. THIẾU HIỂU BIẾT VỀ PHÚC ÂM CỦA CHÚA JÊSUS

1. Chủ nghĩa quyết định là niềm tin cho rằng "đưa ra một quyết định", thường được thực hiện bằng cách tiến lên phía trước để chứng tỏ niềm tin và/hoặc là lặp lại lời cầu nguyện tiếp nhận Chúa, giống như một người ăn năn tội lỗi và chỉ tin cậy Đấng Christ để được tha thứ tội lỗi đó.

2. Sự cứu chuộc là sự giải cứu những kẻ được Chúa lựa chọn từ trong tội lỗi đến sự cứu rỗi bằng giá cứu chuộc mà Đấng Christ đã chịu thay cho họ. Sự chuộc tội ám chỉ đến việc làm nguôi giận – một của lễ chuộc tội làm nguôi cơn thịnh nộ của Đức Chúa Trời.

3. Có nghĩa là "thành phố cao nhất" trong tiếng Hy Lạp và là phần kiên cố của một thành phố Hy Lạp cổ đại, thường được xây dựng trên một ngọn đồi.

4. Không phải quyển nổi tiếng của John Stott.

5. Những người theo chủ nghĩa Calvin là những người cùng với nhà Cải Chánh người Thụy Sĩ gốc Pháp là John Calvin (1509–1564) tin rằng Kinh Thánh dạy về thẩm quyền tối cao của Kinh Thánh, quyền tể trị của Đức

Chúa Trời, sự tiền định và các giáo lý về ân điển. Các giáo lý này là sự đáp ứng của Hội đồng Dort (1618–1619) đối với sự phản đối (kháng nghị) của những người theo chủ nghĩa Arminius. Những người theo chủ nghĩa Arminius là tín đồ của Jacobus Arminius (1560–1609), một nhà thần học người Hà Lan, sinh ra ở Oudewater, Hà Lan, ông đã bác bỏ sự hiểu biết của các nhà Cải Chánh về sự tiền định. Những người theo chủ nghĩa Arminius thường dạy rằng sự tiền định của Đức Chúa Trời dành cho từng cá nhân dựa trên sự biết trước của Ngài về việc họ tiếp nhận hoặc từ chối Đấng Christ theo ý chí tự do của họ.

6. G. Campbell Morgan (1863–1945) là một nhà truyền giáo và học giả người Anh. Ông đã từng là mục sư của Nhà thờ Westminster ở Luân Đôn trước D. Martyn Lloyd-Jones.

7. Khi nói đến tín điều, tôi nói đến việc tuân theo một tín điều hoặc lời tuyên bố đức tin hình thức mà không có tấm lòng mới, không có đức tin cứu rỗi và không có tấm lòng thành thật kính mến Đức Chúa Trời.

5. KÊU GỌI TIẾP NHẬN CHÚA KHÔNG THEO KINH THÁNH

1. Đó là, tâm trí của người có tánh xác thịt hoặc người chưa được cải đạo, trái với người thuộc linh hoặc Cơ Đốc nhân.

8. IM LẶNG VỀ SỰ BIỆT RIÊNG KHỎI THẾ GIAN

1. Một bài hát tâm linh của người châu Phi từ những năm 1930, phổ biến trong âm nhạc dân gian, sau đó là trong các buổi họp mặt của trại thanh niên, được sử dụng ở chỗ này để đại diện cho tôn giáo hời hợt và chủ nghĩa tình cảm.

10. CÁC MỤC SƯ THIẾU LỜI CỦA ĐỨC CHÚA TRỜI

1. Mục sư của Hội thánh Báp-tít Kabwata, Lusaka, Zambia.

2. Câu chuyện ngụ ngôn cổ điển của John Bunyan (1628–1688), trong đó nhân vật chính là Cơ Đốc nhân đang tìm sự giải thoát khỏi gánh nặng tội lỗi của luật pháp, tìm thấy sự tha thứ tại thập tự giá của Đấng Christ và tiếp tục đối mặt với nhiều thử thách trong thế giới này trên con đường dẫn đến sự sống vĩnh hằng ở Thiên Thành. Tại mỗi ngã rẽ, anh thấy mình phải

dựa vào Lời Chúa để giữ mình trên con đường thẳng và hẹp mà Chúa đã sắm sẵn. Trên đường đi, anh gặp nhiều giáo sư giả, những kẻ thoạt đầu là đi tìm Thiên Thành, nhưng hầu hết (ngoại trừ Trung Tín và Hy vọng) đều sa ngã.

VỀ TÁC GIẢ

Paul Washer tin Chúa khi còn học Đại học Texas. Sau khi tốt nghiệp, ông đến Peru và làm giáo sĩ tại đó mười năm, trong suốt giai đoạn này ông đã thành lập Hội Truyền giáo HeartCry để hỗ trợ nhân sự mở mang Hội thánh của người Peru. Giờ đây, HeartCry hiện đang hỗ trợ các giáo sĩ bản địa khắp châu Phi, châu Á, châu Âu, Trung Đông, Âu Á châu, Bắc Mỹ, và châu Mỹ La-tinh. Paul hiện đang là một trong các nhân sự của Hội Truyền giáo HeartCry. Ông và vợ là Charo có bốn người con:Ian, Evan, Rowan và Bronwyn.

MỤC VỤ TIÊN PHONG

Mục vụ Tiên Phong chuyển ngữ và xuất bản tài liệu Cơ Đốc, để rao truyền sự vinh hiển của Đức Chúa Trời, vì sự vui mừng của người Việt, đặc biệt là qua sự chịu khổ, trong Đức Chúa Jêsus Christ.

Tài liệu Cơ Đốc này không thể thay thế Lời Chúa và những tài liệu của Hội thánh mà quý con cái Chúa đang nhóm lại hàng tuần. Chúng tôi chỉ mong con cái Chúa sử dụng các tài liệu này để bày tỏ Phúc Âm của Đức Chúa Jêsus Christ cho gia đình, người thân, bạn bè và cộng đồng xung quanh.

Nếu bạn muốn biết làm thế nào để dâng hiến và tìm hiểu thêm về tài liệu Cơ Đốc của Mục vụ Tiên Phong, xin vui lòng liên hệ chúng tôi bằng thư điện tử info@tienphong.org, hoặc bạn có thể tìm đến trang điện tử www.tienphong.org để mua, tải về và đọc các tài liệu miễn phí của chúng tôi.

Chúng tôi chân thành biết ơn các anh chị em con cái Chúa đã tin tưởng hỗ trợ dự án tài liệu Cơ Đốc cho người Việt của Mục vụ Tiên Phong.

Xin Chúa dẫn dắt,
Mục vụ Tiên Phong